சாங்கிய காரிகை

நூலாசிரியர்

நெல்லை க. சுப்பிரமணியன், வித்துவான், எம்.ஏ., பி.டி.,
தூயயோவான் கல்லூரி, பாளையங்கோட்டை.

சாங்கிய காரிகை

நூலாசிரியர் : நெல்லை க. சுப்பிரமணியன் ©

முதல் பதிப்பு : ஜனவரி 1980

வெளியீட்டு எண் : 154

வெளியீடு : அறம் பதிப்பகம்

அறம் பதிப்பகத்தின் முதல் பதிப்பு : ஏப்ரல் 2024

வடிவமைப்பு : ஜான்சன் உதயகுமார்

SANKHYA KARIKA

Author : **Nellai K. Subramanian**

First Edition : January 1980

Published by: **Aram Publication**
Address: No. 3/582, Mullai Street, Kasthuribai Nagar,
Mullipattu Village & Post, Arani Taluk - 632 316,
Tiruvannamalai Dt, Tamil Nadu.
Contact Cell No: 9150724997
E-mail: aarampublication50@gmail.com

Aram Publication's First Edition : April 2024

Designer: Johnson Udhayakumar
Mobile : 93845 93262

Printed at: Durga printers, Chennai-14

ISBN: 978-81-971031-6-2

Pages: 96 ; Price: **INR Rs. 135/-**

பதிப்புரை

அறம் பதிப்பகத்தின் 154 ஆவது வெளியீடான சாங்கிய காரிகை நூலை வெளியிடுவதில் அறம் பதிப்பகம் பெருமை கொள்கின்றது. முதலில் சாங்கிய காரிகை என்னும் இந்த அரிய நூலை தக்க காரணங்களை சொல்லி விளக்கம் அளித்து, இந்தப் புத்தகம் வரலாற்றில் ஓர் முக்கியமான புத்தகம் என்பதை உணர்த்தி அச்சிட சொன்ன மதுரை அருளானந்தர் கல்லூரி தமிழ்துறை தலைவர், தோழர். குருசாமி அவர்களுக்கு அறம் பதிப்பகத்தின் முதற்கண் நன்றி.

வரலாற்றில் வைதிக சமயங்களுக்கு எதிர்ப்பாக தன்னை நிலைநிறுத்திக் கொண்டது நான்கு சமய நெறிகளாகும். அவை முறையே 1. சாங்கியத் தத்துவம், 2. ஆசீவகத் தத்துவம், 3. ஜைனத் தத்துவம், 4. புத்த தத்துவம். இதில் சாங்கியத் தத்துவம், முதலில் வரலாற்றில் அதற்கு முன் இருந்த கோட்பாடுகளையும் வாழ்க்கை முறைகளையும், நம்பிக்கை களையும் ஏன் என்ற கேள்வியோடு அனுகியது. அதற்குப் பின் வந்த தத்துவங்களும் அதே அனுகுமுறையில் மூடப் பழக்க வழக்கங்களையும், கருத்தியலையும் அனுகியது.

சாங்கியத் தத்துவத்தை கண்டறிந்தவர் தமிழர் கபிலர் ஆவார். இவரது பெயரிலேயே சங்க காலத்தில் புலவர் ஒருவர் இருந்ததால் சாங்கிய தத்துவத்தை கண்டறிந்த கபிலரை, தற்போது வரலாறு தொல் கபிலர் என்று அழைக்கின்றது. கெடுவாய்ப்பாக தொல் கபிலரின் சாங்கியத் தத்துவம் இந்திய மொழிகளில் தமிழைத் தவிர்த்து முழுமையாக வேறு மொழிகளில் இல்லை. எனவே சாங்கியத் தத்துவத்திற்கு உரை யெழுதியவர்கள் அனைவரும், மூல உரை கிடைக்காமலேயே உரை யெழுதியவர்களாகவே கருதப்படுபவர்கள் ஆவார்.

தமிழில் பரிபாடல் உள்ளிட்ட சில சங்க இலக்கிய நூல்களில் சாங்கியத் தத்துவம் முழுமையாக உள்ளது. அறிஞர் குணாவின் "எண்ணியம்" நூல் சாங்கியத் தத்துவத்தின் அறிவியல் பூர்வமான விளக்கம் தந்த நூலாகும்.

சாங்கியம் என்னும் தமிழ்ச் சொல்லின் பொருள் எந்த நிகண்டிலும் காணப்படவில்லை, இருந்தும் சென்னைப் பல்கலைக்கழகம் வெளியிட்ட அகராதி (Lexicon) படி இரண்டு பொருட்கள் உள்ளன. அவை, கபிலர் கண்டடைந்த தத்துவம் என்றும். (இதை இந்து மதம் கபிலரை விஷ்ணுவின் அவதாரங்களுள் ஒருவர் என்னும் உரிமை கோரலின் அடிப்படையில் சாங்கியம் இந்து மத தத்துவம் என்ற கருதுகோளை முன்வைக்கின்றது இந்து மதம்)

மற்றொரு பொருளாக சென்னைப் பல்கலைக் கழக அகராதி எண்கள் என்னொரு பொருளைச் சுட்டுகின்றது. உண்மையில் சாங்கியம் என்னும் பாலி மொழிச் சொல்லுக்கும் எண்கள் என்றே பொருள். இந்தியில் கூட எண்களை சங்கியா என்றே அழைப்பார்கள். சங்கியா என்பது சாங்கியம் என்பதன் திரிபு அல்லது பேச்சுவழக்கு என்பதை நம்மால் எளிதில் புரிந்து கொள்ள இயலும்.

சாங்கியத் தத்துவத்தின் கருத்தியலை முழுவதுமாகவோ அல்லது பகுதிகளாகவோ அதற்குப் பின் வந்த அவைதிக சமயங்களான ஆசிவகமும், ஜைனமும், பௌத்தமும் எடுத்து தம்முடையத் தத்துவ மாக்கிக் கொண்டன. ஆசிவகத்தின் அணுவியல் கோட்பாடு சாங்கி யத்தில் இருந்து எடுக்கப்பட்டதே. ஜைனத்தின் சடங்கு முறைகள் சாங்கியத்தில் இருந்து எடுக்கப்பட்டதே, புத்தநெறியின் மனிதர்களின் துன்பத்திற்கான காரணமும், விண்ணியல் கோட்பாடும் சாங்கியத்தில் இருந்து எடுக்கப்பட்டதே.

இந்து சமயத்தின் புனித நூலான பகவத் கீதை என்னும் மகாபாரத இடைச்சொருகல் நூலில் கூட அந்த நூலின் கருத்தோட்டத்திற்கு சம்பந்தம் இல்லாமல், சாங்கிய யோகம் என்னும் இடைச்சொருகல் அத்தியாயம் படைக்கப்பட்டிருக்கின்றது என்பதை அறிவர். அம்பேத்கர் முதல் பல்வேறு அறிஞர்களும் சொல்லியுள்ளனர்.

இவையெல்லாம் நூலைக் குறித்த முன்னோட்டத் தகவலாகக் கொண்டாலும் கூட இந்த நூல் ஈசுவர மூர்த்தி எழுதிய சாங்கிய காரிகை நூலுக்கான விளக்க உரையை அடிப்படையாகக் கொண்டது. ஈசுவர மூர்த்தி தமிழ் நூல்களை அடிப்படையாகக் கொண்டு தனது உரையை எழுதினார் என்னும் கருதுகோளையும் கண்டடைவையும் துணிச்சலாக எழுத எந்த ஆய்வாளர்களும் முன்வராத காரணத்தால் சாங்கியத் தத்துவம் தமிழர்களின் தத்துவம் என்கின்ற உரிமை கோரலை முன்னெடுப்பதில் தடையாக உள்ளது.

இந்த புத்தகத்தை சிறப்பாக வடிவமைத்துத் தந்த சென்னையை சேர்ந்த ஜான்சன் அவர்களுக்கும், சிறப்பாக பிழைத் திருத்தி தந்த ஆரணி ஆசிரியர் மனோகரன் அவர்களுக்கும், வடிவமைப்பாளர் செங்கம் ஜி. முருகன் மற்றும் இந்நூல் அச்சாகத்தில் உதவியாக இருந்த அனைவருக்கும் அறம் பதிப்பகம் தன் நன்றியைத் தெரிவித்து கொள்கின்றது. இந்த பணியை முன்னெடுக்கச் செய்து கொண்டிருக்கும் பிரபஞ்சத்துக்கும் அருட்பேராற்றலுக்கும் பகவான் புத்தருக்கும் நன்றி.

மார்ச் 2024
ஆரணி

மா. அமரேசன்
அறம் பதிப்பகத்துக்காக

நன்றியுரை

நூற்பெயர்

வடமொழியிலிருந்து தமிழில் மொழி பெயர்த்து அதர்ப்பட யாத்ததே சாங்கிய காரிகை. "சங்க்யா என்ற தாதுவிலிருந்து சாங்கியம் என்ற சொல் தோன்றியது. இத்தாதுவிற்குப் பகுத்தறிதல், எண்ணுதல் எனப்பல பொருள் உண்டு. உலகத் தோற்றத்தில் காணப்படும் கூறுகளைச் சிந்தித்துத் தெளிந்து பலவகை மூலப்பொருள்களாக அடைவு செய்து கண்டறிந்த தத்துவங்கள் 25 என்று எண்ணுவதால் சாங்கியம் என்பது காரணக்குறி".[1]

காரிகை என்பதற்கு இலக்கணம் கூறும் கட்டளைக்கலித் துறை, பரந்த நூலுக்கு அங்கமாய் அலங்காரமுடைத்தாகச் செய்யப் படும் சுருக்கம், வனப்பு, பெண் எனப்பலபொருள் உண்டு. "காரிகை என்பது தமிழில் கட்டளைக் கலித்துறையைக் குறிக்குமேனும், சூத்திர ரூபமாக உள்ளவை பாவாலும் இனத்தாலும் அமையும் போது அப்பாக் களையும் இனத்தையும் காரிகை என்பது வடநூல் முறைக்கு முரண்பாடன்று".[2]

நூலின் தோற்றம்:

தமிழ் மொழியில் பண்டு சாங்கிய நூல் உண்டோ? என்ற வினா எழுந்தது. பரிமேலழகர் உரையிலும், மணிமேகலைச் சாங்கியவாதி கூற்றிலும், நீலகேசியில் சாங்கிய வாதச்சருக்கத்திலும் சிற்சில கருத்துக்கள் சிதறிக்கிடத்தலைக் காணமுடிந்ததேயன்றிச் சாங்கியம் பற்றிய முழுநூல் அகப்படவே இல்லை. எனவே சாங்கிய காரிகைக்குப் பல்வேறு ஆசிரியர்கள் ஆங்கிலத்தில் எழுதிய மொழிபெயர்ப்புக்

களையும் உரை விளக்கங்களையும் கற்று இன்புற்றுப் பொழுது போக்காக எழுதியதே இந்நூல்.

உற்றுழி உதவிய கற்றறிவாளர்

தம் கட்டிளமைப் பருவத்தில் செவ்வற்குளம் கந்தசாமிக் கவிராயர், வெள்ளக்கால் சுப்பிரமணிய முதலியார் ஆகிய பெரும் புலவர்களை நண்பர்களாகக் கொண்டிருந்தவரும், மடக்கும், திரிபும் பாடுவதில் சதுரப்பாடுடைய வித்தகரும், அகவைதொண்ணூறு நிகழும் பெருமுது பருவத்தும் இலக்கண இலக்கியங்களைக் கற்பதையும் இயற்றுவதையுமே விளையாட்டும் பொழுதுபோக்குமாக உடையவரும் ஆகிய முதுபெரும் புலவர் பரங்குன்றாப்புரம் பண்டித. மு. நல்லசுவாமி நாடார் அவர்கள் அன்புமீதூர்ந்து அளித்த சாற்றுக்கவி இந்நூலுக்கு மணங்கமழ்ந்து அழகுதவழும் அலங்கலாகத் திகழ்கிறது.

அறனறிந்து மூத்த அறிவுடையாளரும் புலனழுக்கற்ற அந்தணா எருமாகிய கிருஷ்ண ஐயங்கார் அவர்களின் கேண்மையினால் வட மொழி தமிழ் மொழிபெயர்ப்பு நூற்பாக்களும் மூலமும் புடைபட வைத்துப் பயின்று பார்த்து வழுக்கள் நீக்கப்பட்டு இந்நூல் முழுமையான நிலையை அடைந்தது. விளக்கவுரையுடன் வெளியிடப்புகின் பெரிய நூலாகும். ஆதலின், இப்பொழுது கருத்துரையுடன் மட்டுமே சாங்கிய காரிகை சிறிய நூலாக வெளிவருகிறது.

தமிழ்நாடு கலை இலக்கியப் பெருமன்றத்தின் தலைவரும், "தமிழ்ப்பண்பாடும் தத்துவழும்", "பண்டைய வேதத் தத்துவங்களும் வேதமறுப்புப் பௌத்தமும்" முதலிய பல நூல்களை எழுதி வெளியிட்டு வருபவரும், "ஆராய்ச்சி" என்னுங் காலாண்டு இதழின் ஆசிரியரும், தமிழில் புதிய ஆய்வுணர்வுக்கு அடித்தளம் அமைத்து அறிஞர் பலரை

உருவாக்கிவரும் பெரியாருமாகிய நா. வானமாமலை அவர்கள் இந்நூலிலுள்ள அகவற்பாக்களையும் கருத்துக்களையும் படிக்கக் கேட்டு மகிழ்ச்சி எய்தினார்கள். தக்க முகவுரையையும் அவர்கள் மிக்க அன்போடு எழுதித்தந்தது, இந்நூலுக்கு எழிலூட்டுவதுடன், சாங்கிய தத்துவத்துக்கு ஒரு திறவுகோல் திகழ்வதாகும்.

திரு K.S. கிருஷ்ண ஐயங்கார் அவர்கள் வரைந்த ஆங்கில அணிந்துரையைப் படித்துப் பார்த்த நண்பர் பா. வளன் அரசு அவர்கள் ஆர்வத்தோடு முன்வந்து அதனைத் தமிழாக்கித் தந்தார்கள்.

நெல்லை உமா அச்சகத்தார் இந்நூலை நல்ல முறையில் அச்சிட்டு உதவினர்.

நன்றி:

மேற்கூறியவாறு நூற்பிறப்புக்குப் பல்லாற்றானும் பாங்குடன் உதவிபுரிந்த நல்லறிவாளர் அனைவர்க்கும் என் அகனமர்ந்த வணக்கத்தையும் நன்றியையும் தெரிவித்துக் கொள்கின்றேன்.

வேண்டுகோள் :

தத்துவம் உணர்ந்த வித்தகர்களும் வடநூல் வழிவந்த வண்டமிழாசிரியர்களும் இந்நூலிற் குற்றங்குறைகளை எடுத்துக் காட்டினால் அவற்றை அடுத்த பதிப்பில் நான் நன்றியுடன் திருத்திக் கொள்வேன்.

தன்னைப் பற்றியும் தன்னைச் சூழ்ந்துள்ள பிரபஞ்சம் பற்றியும் அறிந்து கொள்வதற்குத் தத்துவப் பயிற்சி உதவி செய்கிறது. சிக்கல் நிறைந்த வாழ்க்கையில் இன்பதுன்பங்களை வரவேற்கவும், அவற்றிற்கு அப்பாலான தன் உண்மை நிலையை உணர்ந்து அமைதி

அடையவும் கற்பவர் சித்தத்தைத் தத்துவம் பண்படுத்துகிறது. அத்தகைய இந்தியத் தத்துவங்களில் சிறந்த சாங்கியம் பற்றி முதன்முதலாகத் தமிழில் இயற்றப்பட்டு வெளிவருகிற இந்நூலை அன்பர்களும் அறிஞர்களும் உவந்து ஆதரிப்பார்களாக.

15 - 1 - 1980   நெல்லை க. சுப்பிரமணியன்.

எண் விளக்கம்

1.   சோ. ந. கந்தசாமி, தமிழும் தத்துவழும், மணிவாசகர் நூலகம், சென்னை - 1 (1976) ப. 164

2.   உ.வே.சா, நூலாசிரியர் வரலாறு, யாப்பருங்கலக் காரிகை, உ.வே.சா. நூல் நிலையம், சென்னை - 41 (1968) ப. XXI

<h1 style="text-align:center">முகவுரை</h1>

நா. வானமாமலை, எம்.ஏ., எல்.டி.,
ஆசிரியர், "ஆராய்ச்சி"

258, திருச்செந்தூர் சாலை,
பாளையங்கோட்டை,
திருநெல்வேலி - 627002.

இந்தியாவில் எழுந்த தத்துவங்களில் சாங்கியம் மிகப் பழமையானதொன்று. வேதங்களிலேயே அதன்சில கூறுகள் காணப் படுகின்றன. இயற்கைவாதம் எனப்படும் சுபாவவாதம் என்ற கொள்கையின் வளர்ச்சியே சாங்கியம். ஒவ்வொரு பொருளும் அதனதன் இயற்கையின்படியே மாறுதலடைந்து வளர்ச்சி பெறுகிறது என்பது இக்கொள்கையின் உள்ளடக்கம். ஒருபொருளின் மாறுதலுக்கு அதனின் வேறான கடவுள் போன்றதோர் ஆற்றல் காரணமில்லை என்று இக்கொள்கை கூறுகிறது.

வேதத்தின் இறுதிப்பகுதியில் தோன்றும் ஏகதெய்வ வணக்கமே கடவுட்கொள்கையின் தொடக்கம். அதற்கு முன்னுள்ள வேதப் பகுதிகளில் இயற்கைச் சக்திகளே தெய்வங்களாக வழிபடப்பட்டன. வருணன், வாயு, அக்கினி, இந்திரன் முதலிய தெய்வங்கள் இயற்கைக் கூறுகளின் ஆற்றலை உருவமைத்துக் கொண்டவைதாம். வேத முற்காலத்தில் ஏக தெய்வ வழிபாடு இல்லை.

சாருவாகர்கள் உலகனைத்தும் உணர்வுகளனைத்தும் பஞ்சபூதச் சேர்க்கையால் நிகழ்கின்றன என்று கூறினர். சுபாவவாதம் அவர்களால் ஏற்றுக் கொள்ளப்பட்டது. சாருவாகர்களுடைய கருத்துக் களை ஏகதெய்வக் கொள்கையுடையாரும் பிரம்மவாதிகளும் எதிர்த் தார்கள். பஞ்சபூதங்களின் செயல்களே உலகமாறுதல்களுக்குக் காரணம் என்பதே சாருவாகர் கொள்கை.

சாருவாகர்களும் சுபாவவாதிகளும் மாறுதல்களுக்குக் காரணம் உரைத்தார்களேயல்லாமல், மாறுதலின் தோற்றத்தையும்

வளர்ச்சியையும் காட்டும் பரிணாமத்தை அறிந்து கூறவில்லை. ஈசுவரவாதிகள் நம்பிக்கையின் அடிப்படையில் அவனன்றி ஓரணுவும் அசையாது என்பதனால் மாறுதலுக்குக் காரணத்தை விளக்க வேண்டிய அவசியத்தை விலக்கி விட்டனர். இந்நிலையில் சாங்கியத்தின் சில அடிப்படைக் கூறுகளைக் கபிலர் வகுத்தார்.

கபிலரது நூல் நமக்குக் கிடைத்திலது. ஆனாலும், தொன்மைச் சாங்கிய வாதிகளும் வேறு தத்துவ ஆசிரியர்களும் சாங்கியத்தோடு அவர் பெயரை இணைத்தே கூறியுள்ளனர். இத்தத்துவத்தின் முழுமையும் வலிவும் இதற்கு எதிர்மறையான தத்துவ வாதிகளுக்கும் ஆர்வம் ஊட்டுவனவாக இருந்தன. பகவற்கீதையில் சாங்கிய யோகம் என்ற ஒரு பகுதி உள்ளது. இந்த நூலிலேயே சடப்பரிணாமவாதம் என்று ஆதிசங்கரரால் சுட்டிக்காட்டப்பட்ட சாங்கியம் உருமாற்றப் பெற்றது. பிரம்மம் என்ற தத்துவமும் ஈசுவரன் என்ற உருமாற்றம் பெற்றது. இவையாவும் அக்காலச் சூழ்நிலைக்கேற்ப ஆளும் பிரிவினர்க்கு உகந்த முறையில் முந்தைத் தத்துவங்களை மாற்றியமைக்கும் முயற்சியாகத் தோன்றுகின்றன. சில மாறுதல்கள் மூலத்தத்து வத்திற்குப் பொருந்திய வளர்ச்சியாக உள்ளன. வேறுசில, மூலத் தத்துவத்திற்கு எதிராகவே அதன்சில கூறுகளை மூலநூலின் கொள்கையை மறுக்கவே மிகைப்படுத்தி வளர்க்கும் போக்கும் காணப்பட்டது. சாங்கியமும் இக்கதிக்குள்ளாயிற்று.

கபிலரது மூலநூல் அகப்படாதபோது, சாங்கிய தத்துவத்திற்கு எதிர்ப்பு வளர்ந்து, வளர்ச்சி பெற்ற ஈசுவர தத்துவம் அதனை விழுங்கிச் சீரணித்துக்கொள்ளவே, மூலக்கருத்துக்களை வலியுறுத்த ஈசுவர கிருஷ்ணர் என்னும் தத்துவ அறிஞர் சாங்கியகாரிகை என்ற நூலை எழுதினார். அதற்கு முன்னரே செவி வழிப்பாடமாகக் குருசீட பரம்பரையில் வந்த எந்தத் தத்துவநூலையும் போலவே இதுவும்

மரபுவழித் தத்துவங்களில் ஒன்றாக இருந்திருக்க வேண்டும். ஈசுவர கிருஷ்ணரே தாம் இந்நூலின் ஆசிரியர் என்று கூறிக்கொள்ளவில்லை. சஷ்டி தந்திரம் என்ற நூலைப் பின்பற்றியே தமது நூலை இயற்றியதாக அவர் கூறுகிறார். சஷ்டி தந்திரம் என்னும் நூல் நமக்குக் கிடைக்க வில்லை. சாங்கியம் பற்றிக் கிடைக்கும் நூல்களில் இந்நூலே மிகப் பழமையானது என்று தத்துவ வரலாற்றாசிரியர்கள் கருதுகிறார்கள்.

பொருள்களின் மூலநிலையும், அவை பிரிந்து பலவான நிலைகளும், இப்பிரிவுக்குக் காரணமும், பலவான பொருள்கள் தம்முள் கூடிப் பஞ்சபூதங்களையும் சூக்குமபூதங்களையும் உணர்வையும் தோற்றுவித்ததும் ஆகிய இருபத்தைந்து தத்துவங்கள் சாங்கியத்தில் கூறப்பட்டுள்ளன. அவற்றுள் முதன்மையானது பிரதானம்.* உணர்வுக்குச் சமமாகச்சொல்லக் கூடிய புரடன் என்னும் தத்துவம், ஒரு சாட்சி மாத்திரமாக மாறுதலைத் தோற்றுவிக்காமல், தானும் மாறுதலடையாமல் இருக்கும் ஒருவஸ்து. இச்சொல்லுக்குப் பல்வேறு விளக்கங்களை வெவ்வேறு தத்துவச் சார்பினர் அளித்துள்ளனர். எனினும், ஈசுவர கிருஷ்ணர் காலத்தில் புருடன், மாற்றங்களில் கலந்து கொள்ளாத, அவற்றைத் தோற்றுவிக்க முடியாத உணர்வாகத்தான் கருதப்பட்டது. அஃதாவது, ஈசுவர கிருஷ்ணரது சாங்கியம் நிரீச்சுர சாங்கியம் - ஈசுவரனை உடன்படாத சாங்கியம்.

பிற்காலச் சாங்கிய தத்துவ ஆசிரியர்கள் இருபத்தைந்து தத்துவங்களுக்கும் மேலான பிரதானத்தின் முதன்மையைத் தாழ்த்தும் ஒரு புரடனைப் படைத்தார்கள். இப்புருடன்தான் பிரதானத்தை இயக்குவதாகக் கூறினார்கள். இதற்கு ஈசுவரசாங்கியம் என்று பெயர். இத்தத்துவமே மகாபாரதம் சாந்திபருவத்தில் உள்ளது. சாங்கியத்தின் தத்துவ எதிரிகளால் இக்கருத்து உருவாக்கப்பட்டது என்று நாம்

மனத்தில் கொள்ள வேண்டும். இக்கருத்து ஆளும் பிரிவினரால் ஏற்றுக் கொள்ளப்பட்டபின்னர், அதற்கே செல்வாக்கு அதிகம் இருந்தது. அதன் எதிர்ப்பும் கைவிடப்பட்டது. ஈசுவர சாங்கியம் தோன்றிய பின்னர் தமிழ்நாட்டில் தழைத்த சைவசித்தாந்தம் சாங்கியத்தை முரண் பாடின்றித் தன்னோடு இணைத்துக் கொண்டது.

நமது இந்தியத் தத்துவ மரபில் சாங்கியம், தான் தோன்றிய காலத்தில் நிலவியிருந்த விஞ்ஞான வளர்ச்சிச் சூழ்நிலையைப் பொதுமைப்படுத்தும் தத்துவமாக இருந்தது. இந்திய மரபின் மிகச் சிறந்த, அறிவியல் வழிப்பட்ட, தருக்க முரணற்ற தத்துவச் சிந்தனை யாகச் சாங்கியம் திகழ்ந்தது.

இதை மூல உருவத்தில் அறிந்து கொள்ள ஈசுவர கிருஷ்ணரது நூல் வழிகாட்டுகிறது. இந்நூலில் எழுபத்துமூன்று சுலோகங்கள் உள்ளன. அதனை அன்பர் நெல்லை. க. சுப்பிரமணியன் அவர்கள் அகவற்பா நடையில் தமிழாக்கம் செய்துள்ளார். நூற்பாக்களுக்குக் கருத்துரையும் அவர் எழுதியுள்ளார். இத்தத்துவத்தின் சாரத்தையும் நூன்முகத்தில் அவர் விளக்கியுள்ளார்.

சாங்கிய காரிகையை மூலத்தோடும் உரைகளோடும் கற்று, மூலத்திற்கும் உரைகளுக்குமுள்ள வேறுபாடுகளைக் கணித்து, ஈசுவர கிருஷ்ணரின் தருக்கப் போக்கை உணர்ந்து, நூலின் மையக் கருத்தை நெகிழ விடாமல் பின்பற்றி எழுதியுள்ள முயற்சியைப் பெரிதும் பாராட்ட வேண்டும். இந்நூலைத் தத்துவப் பற்றுடைய தமிழர் அனைவரும் படித்துப் பகுத்தாய்வு செய்யவேண்டுமென நான் வேண்டிக்கொள்கிறேன்.

பாளையங்கோட்டை
13 - 11 - 1979

நா. வானமாமலை

FOREWORD

K.S. Krishna Iyengar , M.A.,   Residence:
Retired Professor of English,   10, Perumal South
Chidambara College, Valvettiturai,   Mada Street,
Jaffna, SRI LANGA.   Tirunelveli-6.

The treatise that is presented to the public is a free rendering in lucid Tamil blank verse of Isvarakrishna's Sankhya Karika. The Sankhya Karika in Sanskrit consists of 73 verses which may be called sutras.

The author of this Tamil work is Nellai. K. Subramanian, Vidwan, M.A., B.T., Assistant Professor of Tamil, St. John's College, Palayamkottai. He is very much interested in Sanskrit and his Tamil rendering brings out the original clearly, faithfully and succinctly.

The author has studied the standard works on Sankhya philosophy written by Indian and foreign authors and the present treatise is a reliable translation of the original.

The Sankhya is one of the six systems of Indian philosophy, the others being Nyaya, Yoga, Vaiseshika, Purvamimamsa and Uttaramimamsa or the Vendanta. The Sankhya is attributed to Kapila who, it is supposed, belonged to very ancient times. The other systems of Indian philosophy accept the main postulates of the Sankhya and incorporate them in some form or other. They are the famous twenty-five tatwas or principles - namely, the five elements, the organs of perception, the organs of action, the five tanmatras, the mind, buddhi or intellect and Ahankara or the ego. These constitute Prakriti or the body. The twenty-fifth entity is purusa or the Spirit that lives in the body. The constituents of Prakriti are the three gunas, Sattva, Rajas and Tamas. Purusa encased in the body seems to be bound by the gunas, while in its unbodied state it is free from any form of limitation. Purusa is a mere witness to the actions of the body.

The philosophy of Kapila is given in some detail in the Bhaghavata purana where it is stated that Kapila explained to his mother the distinction between Purusa, Prakriti and the destiny of the human soul.

Isvarakrishna made a summary of these principles in seventy-three sutras in Sankhya karika. He belongs to the second century A. D., the scholars say.

The author of the Tamil Sankhya Karika proposes to submit his thesis entitled "Sankhya in Tamil Literature" for Ph. D. Research Degree sometime in July, 1980 to Madurai Kamaraj University. The basis for this thesis is really the original Sankhya karika of Isvarakrishna, the close and deep study of which has inspired the author to translate the same with explanatory notes.

The Tamil version of Sankhya Karika is in the sutra style similar to Tholkappiyam or Nannul. The notes given at the end of the sutras and the exposition there on are helpful in the understanding of the essential principles of the Sankhya system. This may be prescribed as a Text Book on the Sankhya Philosophy for the degree classes in the Universities of Tamil Nadu.

The original sutras in sanskrit have been carefully compared with the Tamil rendering and I am glad to state that the translation brings out the meaning clearly.

Tirunelveli,   **K. S. KRISHNA**
28-9-1979

N. B. Sankhya Karika with elaborate notes and expositions may be published in the near future. (The author)

K. S. கிருட்டிண ஐயங்கார், M.A.
ஓய்வுபெற்ற ஆங்கிலப் பேராசிரியர்
சிதம்பரா கல்லூரி, வல்வெற்றித்துறை,
யாழ்ப்பாணம், சீரிலங்கை.

இல்ல முகவரி:
10, பெருமாள் தெற்கு மாடத்தெரு,
திருநெல்வேலி -6

அணிந்துரை

மக்கள் கையில் தவழும் இந்நூல் வடமொழியில் ஈசுவர கிருட்டிணர் வரைந்த "சாங்கிய காரிகை"யின் கருத்துக்களைத் தழுவி எளிதாகவும் தெளிவாகவும் விளங்கும் வகையில் தமிழ் அகவற்பா நடையில் எழுதியதே. சமற்கிருதத்திலுள்ள சாங்கிய காரிகை எழுபத்து மூன்று நூற்பாக்கள் கொண்டது.

இத்தமிழ்நூலை இயற்றியவர் பாளையங்கோட்டைத் தூய யோவான் கல்லூரித் துணைப் பேராசிரியர் வித்துவான், நெல்லை க. சுப்பிரமணியன் எம்.ஏ. பி.டி அவர்கள். சமஸ்கிருதத்தில் ஈடுபாடுடைய இவரது தமிழாக்கம் மூல நூற் கருத்துக்களைச் செறிவாகவும் தெளிவாகவும் உள்ளவாறும் எடுத்தியம்புகிறது.

சாங்கிய தத்துவம் பற்றிக் கீழைமேலை நாடுகளின் அறிஞர்கள் எழுதியுள்ள விழுமிய நூல்களைக் கற்றுத் தெளிந்த இந்நூலாசிரியர் மூலநூலை இதன்கண் வழுவின்றி மொழி பெயர்த்திருக்கின்றார்.

இந்தியாவிலுள்ள அறுவகைத் தத்துவங்களில் சாங்கியமும் ஒன்று. நியாயம், யோகம், வைசேடிகம், பூருவமீமாம்சம், உத்தர மீமாம்சம் என்பன பிற. உத்தரமீமாம்சமே வேதாந்தம். மிகப்பழங்காலத் தவராகக் கருதப்படும் கபிலர், சாங்கியத்தை உருவாக்கியதாக உரைப்பர். இந்தியாவிலுள்ள ஏனைய தத்துவங்கள் சாங்கியக் கோட்பாடுகளை ஏற்று அவற்றைத் தக்கவாறு மேற்கொண்டுள்ளன. அவைதாம் சிறப்பு வாய்ந்த இருபத்தைந்து தத்துவங்கள். ஐந்து

பூதங்கள், அவற்றின் நனிநுண்கூறுகளான தன்மாத்திரைகள் ஐந்து, அறிபொறிகள் ஐந்து, செயற்பொறிகள் ஐந்து, மான், செருக்கு, மனம் என்னும் அகக்கரணங்கள் மூன்று, இவ்விருபத்து மூன்று தத்துவங் களும் தோன்றுவதற்கு ஏதுவான மூலப்பகுதி ஒன்று, மூலப் பகுதிக்கு முற்றும் வேறான புருடன் என்பன இருபத்தைந்து தத்துவங்கள். இவை உலகையும், உடலையுமே உருவாக்குகின்றன. இருபத்தைந்தாவது உடம்பு என்னும் குடம்பையுள் உறையும் தத்துவம் புருடன். சத்துவம், இராசதம், தாமதம் ஆகிய முக்குணங்களே பிரகிருதியின் உட்கூறுகள். உடலில் மருவிய புருடன் முக்குணங்களால் பிணிப்புறுவதாகத் தோன்றுகிறான். உடலை மருவாத நிலையில் எவ்விதப் பிணிப்பும் அவனுக்கு இல்லை, உடலின் இயக்கங்களுக்குப் புருடன் வெறும் சான்று மட்டுமே.

கபிலரது தத்துவம் பாகவத புராணத்துள் சற்று விரிவாக விளம்பப்படுகிறது. புருடன், பிரகிருதி, ஊழ்வினை ஆகியவற்றைக் கபிலர் தம் நற்றாய்க்கு நவில்வதாக அதில் உள்ளது.

ஈசுவர கிருட்டிணர் தம் சாங்கிய காரிகையின் எழுபத்துமூன்று நூற்பாக்கள் வாயிலாக இத்தத்துவங்களைச் சுருக்கமாக உரைக் கின்றனர். அறிஞர் கருத்துப்படி அவர் கி.பி. இரண்டாம் நூற்றாண்டினர்.

சாங்கிய காரிகையை இயற்றித்தந்த இந்நூலாசிரியர் "தமிழ் இலக்கியத்தில் சாங்கியம்" பற்றி முனைவர் பட்டத்திற்காக ஆராய்ச் சியை மேற்கொண்டிருப்பதுடன் மதுரை-காமராசர் பல்கலைக் கழகத்தின் ஆய்வுப் பட்டத்திற்காக 1980 சூலைத் திங்களில் ஆய்வு ஏடு உய்க்கவும் எண்ணியுள்ளார். இவரது ஆய்வுக்கு அடிப்படையே ஈசுவர கிருட்டிணரின் சாங்கிய காரிகை தான். அந்நூலைக்

கருத்தூன்றி ஆழமாகக் கற்றதனால் எழுச்சியுற்று இந்நூலைத் தமிழில் உருவாக்கியதுடன் விளக்கக் குறிப்புக்களும் வரைந்து வைத்திருக்கின்றார்.

சாங்கிய காரிகையின் நடை, தொல்காப்பியம், நன்னூல் ஆகியவற்றினைப் போன்று நூற்பாவாகச் செல்கின்றது. சாங்கிய தத்துவத்தின் அடிப்படைக் கோட்பாடுகளை அறிந்துணரும் வகையில் நூற்பாக்களின் இறுதிக்கண் தரப்பட்டிருக்கும் குறிப்புக்களும் விளக்கங்களும் துணைபுரிகின்றன. தமிழ்நாட்டுப் பல்கலைக் கழகங்களில் பட்டப்படிப்பு மாணவர்களுக்குச் சாங்கிய தத்துவம் பயில்வதற்குரிய பாடப்புத்தகமாக அமைக்கும் தகுதி வாய்ந்தது இந்நூல்.

வடமொழி நூற்பாக்களை ஒப்புநோக்கிச் செப்பஞ் செய்து உருவாக்கிய இந்நூல் மூலநூலின் உட்பொருளைச் சாலத் தெளிவாக வெளிக்கொணர்ந்துள்ளது என்று கூறிக்கொள்வதில் நான் உவகை எய்துகின்றேன்.

திருநெல்வேலி - 6
1-11-1979

K.S. கிருட்டிண ஐயங்கார்
(ஒப்பம்)

———

தமிழாக்கம்: **பா. வளன் அரசு**, எம்.ஏ., பி.எட்.

முதுபெரும் புலவர் பரங்குன்றாப்புரம்

பண்டித மு. நல்லசுவாமி நாடார் அவர்கள்

வழங்கிய

சாற்றுக் கவி

1   ஆதி நாளையில் கபிலமா முனிவனார் அளித்த
நீதி சேர்வுறு சாங்கிய மதமதே நிகரில்
தீதி லாதமெய் யுணர்வது கொளுத்திடத் தெருட்டி
ஓதி ஓதியே உயர் நல மடைந்தனர் உரவோர்.

2   வழங்கு மம்மத வழக்கினில் வல்லுநர் பரிமேலழகர்
சொன்னசொற் சுருக்கமும் ஆங்கதை அடுத்துப்
பழைய தாகிய நூலுரைச் சுருக்கமும் பார்த்தே
விழைவி னாக்கிய நூலிது வெனவிரிந் திலங்கும்.

3   மூல மேமுதல் என்றிடும் சொல்லிலம் மூல
சீல நன்குண ரார்பலர் கூடியே செருக்கி
ஞால மாக்கிறை வேண்டிலர் வேண்டிலர் நமக்குச்
சாலு மாப்புறச் சமயமீ தென்றுநெஞ் சழிந்தார்.

4   நெஞ்ச ழிந்தவர் ஆன்மதத்துவமதின் அடியாய்
விஞ்சு மாபல தத்துவம் அதிகமாய் விரித்தார்
கொஞ்ச மாகிய தத்துவ சாங்கியக் கொழுந்தே
எஞ்ச லிலாததோர் விருட்சமாய் எழுந்தது வன்றே.

5   குருடன் தோள்மிசை கூர்ந்தவோர் முடவனாங் கமர்ந்து
தெருட ரும்வழி காட்டிய செய்கையை யொக்கும்
புருடன் சந்நிதி தனிற்பிர கிருதியின் இயக்கம்
அருட ருந்திரு வுடையவர் சாங்கியம் அறிவார்.

6 சாங்கி யந்தனில் மருவுசற் காரிய வாதம்
   ஒங்கு சைவசித் தாந்தத்திற் கொப்பிய தாகும்
   சாங்கி யப்பெருங் காரிகை வடமொழி தந்த
   தீங்கி திற்படு சூத்திரம் எழுபத்து மூன்றே .

7 இந்த மாபெருஞ் சூத்திரம் எழுபத்து மூன்றைச்
   சிந்தை யாற்றமிழ் அகவலோர் எண்பதாச்செய்தான்
   முந்தை மாநில எல்லையில் முளைத்துவாழ் புனிதன்
   செந்த மிழ்ச்சுவை சேர்சுப்ர மணியநா வலனே.

வெண்பா

8 பேர்சுப் பிரமணியன் பெட்பிருக்கை நெல்லைநகர்
   கார்போல் பொழியும் கவிவாணன் - நேராகக்
   காந்தியொளி வீசுதமிழ்ச் சாங்கியக் காரிகையை
   ஈந்திட்டான் போய திருள்.

உள்ளுரை

சாங்கிய தத்துவம்

தத்துவத்தைக் குறிக்கும் பெயர் அத்தத்துவத்தின் உயிர் நாடியான பொருளைத் தன்கண் பொதிந்துகொண்டு பொலிவது இயற்கை. சாங்கியம் என்ற பெயரும் எண் வரம்பு, மெய்ப்பொருளியல், அறிவு என்னும் பொருள்களைத் தன்கண் அடக்கிக் கொண்டிருக் கிறது . தொன்மையான நிரீச்சுர சாங்கியமே சாங்கிய காரிகையில் தொகுக்கப்பட்டுள்ளது. அந்நூலை அடியொற்றிச் சாங்கிய தத்துவம் இங்கு வரையறுத்து உரைக்கப்படுகிறது.

மூவகைத் துன்பங்கள்

துன்பத்தால் துவளும் போது அதற்குக் காரணத்தைத் தன்னிடத்தும் தன்னைச் சுற்றியுள்ள தரணியிடத்தும் மனிதன் ஆராய்கின்றான். தன்னிடம் உள்ள தவறு, அல்லது பிரபஞ்சத்திலுள்ள குறைபாடு காரணமாகவே துன்பம் உண்டாகின்றது என்னுங் கொள்கை அவன்றன் அகக்கண்களைத் திறக்கின்றது. தன்னால் வருவன, பிறவுயிர்களால் வருவன, தெய்வத்தால் வருவன, என்பவை மூவகைத் துன்பங்கள். இவற்றை வேள்வி இயற்றுவதாலோ வேத மந்திரங்களை ஓதுவதாலோ வேறு மருந்து மணி வகைகளாலோ அறவே நீக்க முடிவதில்லை. பிரகிருதிவேறு, புருடன்வேறு என்ற தத்துவஞானம் கைவரப்பெற்றால்மட்டுமே மூவகைத் துன்பங் களிலிருந்து முற்றும் விடுபட முடியும்.

தத்துவம் இருபத்தைந்து

இருபத்தைந்து தத்துவங்கள் கொண்டதே உலகம். புருடன் முன்னிலையில் மூலப்பகுதி, முக்குணங்களின் சமநிலை கலைந்து புத்தியைத் தோற்றுவிக்கும். புத்தியிலிருந்து அகங்காரம் தோன்றும்.

அகங்காரம் முக்குணங்களின் ஏற்றத்தாழ்வு காரணமாகத் தைசத ஆங்காரம், பூதாதி ஆங்காரம், வைகாரிக ஆங்காரம் என மூன்று வகைப்படும். தைசத ஆங்காரத்திலிருந்து மனமும் ஞானேந்திரியங்கள் ஐந்தும், கன்மேந்திரியங்கள் ஐந்தும் தோன்றும். பூதாதி ஆங்காரத் திலிருந்து ஓசை, ஊறு, ஒளி, சுவை, நாற்றம் என்னும் தன் மாத்திரை கள் ஐந்தும் தோன்றும். தன் மாத்திரைகளிலிருந்து ஆகாயம், காற்று, நெருப்பு, நீர், நிலம் என்ற பூதங்கள் ஐந்தும் தோன்றும். ஐம்பெரும் பூதங்களால் உடம்பும் உலகும் உருவாகின.

உலகப் பொருள்களுக்கெல்லாம் மூலமாகவுள்ள நுண் பொருளைப் பகுதி என்று பகர்வர். பகுதியிலிருந்து பின்னர்த் தோன்றும் பொருள்களை விகுதி என்று விளம்புவர். மூலப்பகுதி முக்குணமயம் என்பது சாங்கியம்.

அளவைகள்:

பொருள்களின் உண்மையைக் காண்டற்குரிய கருவிகளே அளவைகள். அவை காட்சி, அனுமானம், ஆகமம் என மூன்று வகைப்படும். பொறிகளால் காண்பதே காட்சி. குறிகளால் உய்த் துணர்வதே அனுமானம். ஞானிகள் அருளிய நூல்களே ஆகமம். பூருவ வாதம், சேடவாதம், சாமானியவாதம் என அனுமானமும் மூவகை. ஐம்பொறியுணர்வுக்கு அகப்படாத பொருள்களும் உள்ளன. அவற்றை அனுமான ஆகம அளவைகளாலேயே அறிய முடியும். பொருள்களி லுள்ள குறைபாடும் பொறிகளிலுள்ள குறைபாடும் காரணமாகப் பொருள்கள் பொறிகளுக்கு அகப்படுவதில்லை. மிகவும் நுட்பமாக உள்ளமையால் மூலப் பகுதி அறிதற்கரிது.

சற்காரியவாதம்:

உள்ளது தோன்றும் என்பதே சற்காரியவாதம், சத்து என்பது உள்ளது, அஃதாவது காரணம். அது தான் காரியப்படும்: அஃதாவது தோன்றும், சற்காரிய வாதம் என்ற தொடரின் கருத்து இவ்வாறு விளக்கப் படுகிறது. நூலினிடத்துத் துணியில்லையாயின், துணியை நெய்யுங் கருவிகள் வேண்டுவதில்லை. நூலை முதற் காரணமா கவுடைய கருவிகள் இல்லாதபோது, அந்நூல்கள் தம்மிற்கிடந்த துணியை மறைத்தன. நெய்பவர் ஓடம் முதலிய கருவிகளை நூலிலே உய்க்கப் பாண்டத்துள் கிடந்த துணியை எடுத்து விரிக்கலுற்றாற் போலத் துணிதோன்றும்.[1] "இங்ஙனமே எள்ளாட்டியவழி எண்ணெய் உண்டாவது.

காரியமாகும் பொருள் அதன் காரணப்பொருளினின்று வேறுபடுவதில்லை. வெளிப்படுவதற்கு முன்னும் காரியம் அதே வடிவுடன் உள்ளது. இதனை உடன்படாவிடின் எந்தப் பொருளினி டத்தும் எந்தப் பொருளையும் உண்டாக்க முடியும் என்று பெறப்படும். சற்காரிய வாதத்திற்கு அஃது ஓர் இழுக்கு. கல்லில் எண்ணெய் கண்டவர் இல்லை என்பது இல்லது தோன்றாது எனவுணர்த்துவது.

காரணப்பொருளில் காரியமாகும் ஆற்றல் அடங்கியிருக் கின்றது. எல்லாக் கருவிகளையும் கொண்டுபுகினும் முயலுக்குப் பண்டு இல்லாத கொம்பினை உண்டாக்க முடியாது.

முன்னர்த் தூலவடிவிற்றாய் நின்று வேற்றுப்பொருளால் தடைப் பட்டுப் பின்பு வெளிப்பட்டதற்குக் கூவல் தோண்டப் புனல் வருவதும், முன்னர்ச் சூக்கும வடிவிற்றாய் நின்று காரணமாய் நின்ற அவத் தையால் தடைப்பட்டுப் பின்பு தூலவடிவிற்றாய் வெளிப்பட்டதற்கு நூலில் துணி உண்டாவதும் சான்றுகள்.

காரணத்தோடு இயைபு இருந்தாலன்றிக் காரியம் தோன்றாது. ஆதலின், காரணத்தின் கண் காரியம் கரந்துளது என்றல் ஒருதலை. பால் தயிராகப் பரிணமித்தல் இதற்கு உற்ற எடுத்துக்காட்டு.

சாங்கியரது முதன்மையான கோட்பாடு சற்காரிய வாதம். வெளிப்பட்டுள்ள காரியப் பொருளின் கண் எந்தக் குணங்கள் புலப்படுகின்றனவோ அவை அந்தக் காரியப் பொருள் தோன்றற் கேதுவாகிய காரணத்தின் கண் நுட்ப வடிவமாகவேனும் இருத்தல் வேண்டும். இதுவே சற்காரிய வாதம். இதனைக் கசடற ஆராய்ந்து காணுங்கால், காணப்பட்ட இவ்வுலகம் காணப்படாத நுண்பொருள் ஒன்றிலிருந்து தோன்றியிருக்க வேண்டும் என்று உய்த்துணர முடியும்.

பொறிகளுக்குப் புலப்படும் பொருள்கள் பற்பலவாகவும் பல்வேறு உருவங்களும் குணங்களும் உடையனவாகவும் உள்ளன. பொருள்களின் வேறு வேறாந் தன்மை நிலையானதன்று. ஆதலின் மூலப் பொருள் ஒன்று என்பது சாங்கியர் கொள்கை. அதுவே பிரகிருதி.

நினைவு சொல் செயல்களால் நன்மை தீமைகளை இயற்றி இன்ப துன்பங்களை இடைவிடாது நுகர்ந்து, புண்ணியபாவங்களைப் புத்தி அகங்கரித்துக் கொள்கிறது, மரத்தில் உச்சிப் பொழுதில் அடங்கிய நிழல் விரியுமாறு போலவும், கற்ற கல்வியறிவு அடங்கிக் கிடந்து பரிணமிப்பது போலவும், ஆலமரம் நுண்ணிய வித்தினுள் அருவாய் அடங்கியிருந்து சாலவும் பெரிதாய் விரிவது போலவும் காரணமாகிய கன்மத்தில் புண்ணிய பாவங்கள் அருவாய்க் கிடந்து பக்குவம் வந்த காலத்தில் இன்பதுன்பமாகிய காரியங்களாய்ச் சற்காரிய வாதத்தின்படி விரியும்.[2]

அறிதற்கரிதாய் மிகவும் சூக்குமமாகவுள்ள மூலப் பகுதியை வியத்தமாக இல்லாத காரணத்தினால் அவ்வியத்தம் என்று சாங்கியர் சாற்றுவர்.

பகுதியின் இலக்கணம், புருடனின் இலக்கணம்:

அறிதற்கு அரியது; முக்குணமயமானது; மனத்தின் நினைவுக்கு எட்டாதது, புருடன் ஒழித்து ஒழிந்த எல்லாப் பொருள்களும் பரிணமிப்பதற்கு இடமாகப் பொதுவாக உள்ளது; அசேதனம்; மிகவும் நுண்ணியது. இதுவே பகுதியின் இலக்கணம்.

எளிதில் அறியப்படுவது; முக்குணம் அல்லாதது; பொறி யுணர்வுக்கு அப்பாற்பட்டது; பிரகிருதியின் பொதுத்தன்மை பொருந தாதது; வேறு தத்துவம் எதுவும் தன்னில் பரிணமித்து எழுவதற்கு இடம் இல்லாதது; புத்தி தத்துவத்தின் வாயிலாக அனைத்துப் பொருள்களையும் அறியும் உணர்வுமயமானது; ஒரு தன்மைத்தாக எல்லா இடங்களிலும் உலவுவது; அழியாத இயல்புடையது; உள்ளத்து உணர்வாக நின்று நிலவுவது; இதுவே புருடனின் இலக்கணம்.

புருடர் பலர் என்பதும் மூலப்பகுதி ஒன்றே என்பதும் சாங்கியர் கோட்பாடு.

முக்குணங்கள் :

பொருளின் மூலம் ஒன்றாகவே இருப்பினும், மூலப் பொருள் களின் குணம் ஒன்றாக இன்றிப் பல்வேறாக உளது. மூலத்தின் குணம் ஒன்றாகவே இருப்பின் சற்காரிய வாதத்தின் படி ஒரே குணத்திலிருந்து பலகுணங்கள் தோன்றுவதற்கு வாய்ப்பில்லை. பொருள்களை உற்று நோக்கி அவற்றின் குணங்களைச் சத்துவம், இராசதம், தாமதம் என மூவகையாகச் சாங்கியர் பாகுபாடு செய்துள்ளனர். இம்மூன்று குணங்களும் எல்லாப் பொருள்களுக்கும் மூலமான பகுதியின் கண் தொடக்கத்திலேயே இருக்கின்றன. சுருங்கக்கூறின் மூலப்பகுதி முக்குணம் என்பர் சாங்கியர்.

உலகப்பொருள்கள் யாவும் முக்குணத் தொடர்பு உடையவை. முக்குணங்களும் ஒன்றினுக்கொன்று துணைசெய்பவை. முக்குண ங்கள் சமநிலையில் நின்ற போது படைப்பு நிகழவில்லை. அந்நிலையே சாமியாவத்தை. முக்குணங்களும் சமநிலையில் உள்ள மூலப் பகுதி, பொறிகளுக்குப் புலப்படாமையினால் அஃது அவ்வியத்தம் என்று கூறப்படுகிறது. பகுதியின் கண் உள்ள மூன்று குணங்களுள் ஒன்றற்கொன்று மிக்கும் குறைந்தும் நிகழும் போராட்டத்தினால் படிப்படியே பற்பல பொருள்கள் பரிணமிக்கின்றன. அவை ஐம்பொறி களுக்கும் புலப்படுகின்றமையினால் வியத்தம் என்று பெயர் பெறுகின்றன.

முடவனும் குருடனும்:

புருடன் சேதனனும் குணமிலியுமாக இருத்தலின், அவன்பால் கருமங்களைச் செய்யும் கருவிகள் இல்லை. பகுதி சடமும் அசேதன மு்மாக இருத்தலின், இன்னது செய்வது என்று அதற்குத் தெரிவ தில்லை. சடப்பகுதி யிலிருந்து சேதனன் தோன்ற முடியாது. பகுதியைக் காண்பவன் பகுதியின் வேறாக இருந்தாலன்றி, "யான் இதனை அறிகின்றேன்" என்பது போன்ற வசனங்கள் ஏற்படக் காரணம் இல்லை. மேலும், உலகப்படைப்பை உற்று ஆராய்ந்தால் காண்பானும் என்ற இரு காணப்படு பொருளும் பொருள்கள் வேறு வேறாக உள்ளன என்று தெளிவது எளிது.

புருடர்க்கு அமையும் உடம்புகளில் பிறப்பும் சாவும் பொறிகளும் வினைகளும் குணங்களும் எச்சமும் வேறு வேறாயிருத்தலின், புருடர்களுக்கு மாற்றம் இல்லாமையினால், புருடர்பலர் என்பது சாங்கியம், புருடன் இயக்கம் இல்லாதவன். பிரகிருதியின் வேறாகச் சாட்சி

மாத்திரையாக உள்ளவன! சேதனனாகிய புருடன் முன்னிலையில் பிரகிருதியிலுள்ள முக்குணங்களின் சமநிலை கலைகிறது.

புருடன் செயல் இல்லாதவன். பகுதியோ அறிவு இல்லாதது. முடவனுங் குருடனும் உறவு கொண்டது போன்று புருடனும் பகுதியும் பொருந்தின என்பர் சாங்கியர். உவமையிற் கூறப்படும் முடவனும் குருடனும் செயல் புரிபவர்கள். ஆகவே ஒருவருக் கொருவர் உறு துணை புரிகின்றனர். உவமேயத்தில் கூறப்படும் ஆன்மா இயக்கம் இல்லாதது. பகுதியோ உணர்வு இல்லாதது, எனவே சேதனனாகிய ஆன்மாவின் கட்டளையை அசேதனமாகிய பகுதி அறியமாட்டாது. இவ்வுவமை பொருந்துவதாக இல்லை என்பர் இராதாக்கிருட்டிணன், கீத்து முதலான அறிஞர்கள்.

உவமேயத்தோடு உவமை எல்லா வகையாலும் ஒப்புமையாவ தில்லை. புலி போல வீரன் பாய்ந்தானெனில், பாய்தல் என்ற வினை மட்டுமே உவமை. அல்லாமல் புலி போல வாலும் தோலும் காலும் உடையவன் வீரன் என இலக்கணம் பயின்றோர் எண்ணுவதில்லை. ஆதலின், புருடனுக்கும் பிரகிருதிக்கும் முடவனும் குருடனும் என்று காட்டிய உவமை வினையுவமம் என அறியற்பாலது.

பரிணாமம்:

பகுதி தனது சமநிலையைக் களைத்து விட்டுப் பின்பு விகுதியைப் படைக்க வேண்டும் என்று நிச்சயம் செய்கிறது. விகுதியைப் படைத்தல் என்னும் நினைவு மட்டும் அல்லாமல் செயலும் புத்தியின் இலக்கணமே. ஆகவே பகுதியின் கண் முதலில் தோன்றுவது புத்தி என்பர் சாங்கியர். புத்தியிலிருந்து அடுத்துத் தோன்றுவது அகங்காரம். அகங்காரத்திலிருந்து பொறிகளுடன் பொருந்திய

போன்றவை புறப்பொறிகள் வீட்டுக்குடையவர்.போன் றவை அறியப்படு பொருள்கள். தலைமை அதிகாரி போன்றது மனம். கருவூலகர் போன்றது அகங்காரம். அரசர் போன்றது புத்தி. ஞானேந்திரிய கன்மேந்திரியங்களும் மனமும் அகங்காரமும் பொருள்களை விளக்கிப் புருடனின் நுகர்ச்சிக்காகப் புத்தியுள் உய்க்கும். தன்னை யுணர்தல் இன்பம் அடைதல் என்றிரண்டு நிலையைப் புருடன் பொருந்தவே பொறிகள் புத்திக்கு உற்ற துணையாக உள்ளன. ஐம்பெரும் பூதங்களும் தன் மாத்திரைகளிலிருந்து பரிணமிக்கும். குணபேதங் காரணமாக அவை துன்பமும் இன்பமும் மயக்கமும் உண்டாக்கும். தன்மாத்திரை களோ ஞானக்கண்ணாலனறி ஊனக்கண்ணால் காண்டற்கரியவை.

நுண் உடம்பு:

சடப்பிரபஞ்சம் பருவுடல் நுண்உடல் என்றிரண்டு பிரிவினை யுடையது. தன் மாத்திரை களாலாகியது நுண்உடல். பிறவி எடுப்பதும் அது தான். ஐம்பெரும் பூதங்களாலாகியது பருவுடல் அழியும் இயல்புடையது அது. முத்தி எய்தும்வரை கருவுட்புக்குப் பல்வேறு பிறவிகளை எடுப்பது நுண்ணுடல். அது மூலப்பகுதியில் சென்று ஒடுங்கும். மான் அகங்காரம் மனம் தன்மாத்திரைகள் ஐந்து ஆகிய எட்டுங் கொண்டது நுண்ணுடல். மலரிற் பொருந்திய மணம் போலவும் துகிலிற் படிந்த சாயம் போலவும் புண்ணிய பாவங்களைத் தன்பால் ஏற்றுக்கொண்டு, எதிர்வரும் பிறவிகளில் பருவுடம்பு நுகர்வதற்குப் பக்குவம் செய்வதும் நுண்ணுடலே. அதனை இலிங்கசரீரம் என்பர். சித்திரத்திற்குச் சுவர் போன்று இலிங்கசரீரத் திற்குத் தன் மாத்திரை கள் ஆதரவு. இந்திரியங்கள் பத்தும் மானகங்கார மனமும் கொண்டது இலிங்கம். அவற்றோடு தன் மாத்திரைகள் பொருந்தின் இலிங்கசரீரம். புத்திகுண எட்டனுள், தன்மம், பாவங்கள் ஞானம் வைராக்கியம்,

ஐசுவரியம் என்னும் நான்கும் சாத்துவிக குணத்தினாலும், அதன்மம், அஞ்ஞானம், அரைசுவரியம் என்னும் மூன்றும் தாமத குணத்தினாலும் அவைராக்கியம் என்ற ஒன்று மட்டும் இராசத் குணத்தினாலும் உண்டானவை. ஞானம் ஒன்றே வீடு அடைதற்கு ஏது. ஏனைய ஏழும் பிறவி அடைதற்கு ஏது. அவ்வேழும் புத்தியுள் உறைதலால், கருவினுட் பொருந்திப் பிறவித்துன்பம் அடையக் காரணங்கள் நுண்ணுடலோடு தசையும் குருதியும் இசைதலால் பருவுடல் உண்டாகின்றது. புண்ணியத்தால் சுவர்க்கமும் பாவத்தால் நரகமும், அஞ்ஞானத்தால் பந்தமும், ஞானத்தால் வீடும் ஏற்படும். இராசத குணத்துடன் இயைந்த பற்றின் காரணமாகப் பல்வகைப் பிறவிகள் வரும். ஞானம் எய்தாத நிலையில் பற்று நிலையை மட்டும் அன்றி எண் வகைச் சித்தியை எய்தினாலும் பிறவிக்கடலை நீந்தி முத்திக் கரை சேர முடியாது.

புத்தியின் படைப்பு :

முதலில் வாயுவைக் கட்டுப்படுத்தி, அதன்பின் பொறிகளைப் புறத்தே போகவிடாமல் அடக்கி, அகத்தே யாவற்றையும் காணும் நிலையில் மனத்தினை உறுதியும் அமைதியும் அடையும் நெறியில் பயிற்றும் யோகப் பயிற்சி வேண்டற்பாலது. மனத்தினை ஒருமுகப் படுத்துவதற்கு அதனை ஒரு பொருளில் நிறுத்துதல் வேண்டும். பிரகிருதியினின்று தன்னை வேறாக உணரும் கைவலிய நிலைக்கு இப்பயிற்சி ஒருவனை உய்த்துக் கொண்டு சேர்க்கும். ஒரு சொல்லும், சொல்லின் பொருளும், பொருளின் வடிவும் ஆகிய மூன்றிலும் ஊன்றிய மனத்துடன் மேற்கொள்ளும் தியானத்தை விட ஏனையவற்றை யெல்லாம் மறந்து பொருளை மட்டுமே தியானிக்கும் நிலையே மேலானது பொருளிலும் நனிநுண்மையான தன்மாத்திரை முதலிய

தத்துவங்களை மட்டுமே தியானித்துப் புருடனை மெய்யாக உணரப்பெறவில்லையெனில், அந்நிலை பிரகிருதிலயம் என்று கூறப்படுமேயன்றி உண்மையான வீடுபேறு ஆகாது. புருடன் பொருட்டே புறவயப் படைப்பு நிகழ்கிறது. புறவயப் படைப்புக்கு முன் அகவயப் படைப்பு நிகழ்கிறது. அகவயப் படைப்பைப் புத்தியின் படைப்பு என்பர். அதனைப் பிரத்தியய சர்க்கம் என்பர் வட மொழிவாணர். அறம், பாவம், ஞானம், அஞ்ஞானம் வைராக்கியம், அவைராக்கியம், ஐசுவரியம், அனைசுவரியம் ஆகியவை மிக்குப் பருவடிவாய்த் துய்க்கப்படும் நிலையே பிரத்தியயம். உயிர்களுக்கு அறிவை வருவிக்கின்றமையால் பிரத்தியயம் என்ற பெயர் ஏற்பட்டது.

புத்தியின் படைப்பு நால் வகைப்படும். அவை பேதைமை, அசத்தி, துட்டி, சித்தி என்பன. அந்நான்கும் முக்குணபேதங்களால் ஐம்பது வகையாக விரியும். புத்தியோ அறம் முதலிய எட்டுவிதப் பாவங்களையுடையதாகவும், அறம் முதலிய பாவங்களிலுண்டான பேதைமை, அசத்தி, துட்டி, சித்தி முதலியவற்றின் குணபேதத் தொகுதியாகிய ஐம்பது பிரத்தியயங்களை யுடையதாகவும் இருக்கும். ஐம்பது பிரத்தியயங்களையும் பஞ்சாசற் பாவகம் என்பர் நூலோர். அறத்துக்கு மாறான அதன்மத்தால் அஞ்ஞானம் உண்டாகும். அது தமமும் மோகமும் மாமோகமும் தாமிசிரமும் அந்த தாமிசிரமும் என ஐவகை. அதனைப் பஞ்சக் கிலேசம் என்பர் ஆசிரியர். பதினோர் உறுப்புறும் பழுதும் புத்தியின் பழுதுமே அசத்தி. பயன் பெறாதிருப்பினும் பெற்றதாகப் பாவிக்கும் துட்டி ஒன்பது வகை ஞானவகை எட்டும் சித்தி எனப்படும். ஏனெனில். ஞானத்தால் வருவதே சித்தி. சித்தி எனினும் முத்தி எனினும் ஒக்கும்.

பொருளின் படைப்பு:

புத்தியின் எண்வகைப் பாவங்களால் பரிணமிக்கும் நுண்ணுடலை அடிப்படையாய்க் கொண்டு பொருளின் படைப்பு நிகழ்கிறது. எண்வகைத் தேவரும் ஐவகை உயிரினங்களும் மக்களும் என்று பௌதிகப்படைப்பு மூவகை. தேவர்பால் சத்துவகுணம் மிக்கிருக்கும். மக்கள் பால் இராசதகுணம் மிக்கிருக்கும். ஏனையுயிர்கள்பால் தாமத குணம் மிக்கிருக்கும்.

பிறவிச் சுழற்சி:

பிரகிருதியின் வேறாகப் புருடன் தன் மெய் இயல்பை உணரும் வேரை பிறவிச் சுழலைத் தவிர்க்கமுடியாது. மூலப்பகுதிக்கும் புருடனுக்கும் தொடர்பு ஏற்பட்டதும் தன் கன்றினுக்காகப் பசு பால் சுரப்பது போலவும் காந்தத்தின்முன் இரும்பிற்கு இழுக்கும் ஆற்றல் வருவது போலவும் மூலமான அவ்வியத்தப் பகுதி தன் குணங்களின் தூலமும் சூக்குமமும் ஆகிய பொருள்களைப் புருடனுக்கு எதிரில் பரப்பிவைக்கிறது. பகுதியின் செயல்களெல்லாம் புருடன் பொருட்டே. நாடக அரங்கின் கண் காண்பவர்தம் மனமகிழ்ச்சியின் பொருட்டு ஓர் ஆடலழகி பல்வகைக் கோலங்களையும் பூண்டு நேரத்திற் கொருவிதமாக யாங்கனம் ஆடல் நிகழ்த்துவாளோ ஆங்கனமே புருடனது போக நுகர்ச்சியின் பொருட்டு அவன் யாதொரு பரிசும் வழங்காதிருப்பினும் பகுதி தன் சத்துவ இராசத தாமத குணங்களின் ஏற்றத் தாழ்வுகளுடன் பற்பல வேடங்களை மேற்கொண்டு அவன்முன் தாண்டவம் ஆடிக்கொண்டிருக்கின்றது. கைவலியம் என்னும் வீடுபேறு எய்துங்காறும் தன்னை விரும்ப வில்லை எனினும், பிரகிருதி புருடனுக்குச் சிலதியாக இருந்து உற்றுழி உதவுகிறது. தன்னின்

வேறாக மூலப் பகுதியைச் சாலப் பகுத்தறிந்ததும், பகுதி மிகுதியும் நாணம் எய்திப் புருடனை விட்டு விலகுகிறது. உண்மையான் நோக்குமிடத்து, மூலப்பகுதிக்கே பந்தமும் வீடும் ஏற்படுகின்றன. அஃதாவது பிரகிருதியே புருடனிடத்திலிருந்து தன் விடுதலையை அடைகின்றது. அஞ்ஞானத்தால் பிரகிருதி பந்தமுறுகிறது.ஞானம் ஒன்றே வீடு பேற்றுக்கு ஏது. ஞானம் அல்லாத ஏனை ஏழு பாவங்களால் பட்டுப் புழுவினைப் போன்று பகுதி தனக்கே பிறவித் தொடர்பை உண்டாக்கிக் கொள்கிறது.

அகத்துணர்வு :

ஞானம் எய்தக்காரணம் ஆகியவற்றுள் அகத்துணர்வும் ஒன்று. "மனத்தின் பல நிலைகளையும் நன்கு ஆழ்ந்து ஆராய்ந்து செல்லவே, விழிப்போ கனவோ இரண்டிலும் மேலான நிலைகள் இருப்பதை அறிஞர்கள் கண்டு கொண்டனர். இந்நிலையைச் சமயநூலாரும் அறிவியல் வல்லாரும் உடன்படுகின்றனர். ஒழுங்காக அமைக்கப்பட்டுள்ள எல்லாச் சமயங்களிலும் அவற்றை நிறுவியவர் களும் தீர்க்க தரிசிகளும் தேவதூதர்களும் விழிப்பும் உறக்கமும் அல்லாத தனிமன நிலைகளில் புக்கிருந்ததாகவும், அவ்வமயம் ஆன்மிக பூமி எனப்படும் ஓர் உலகிற் குரிய புதிய உண்மைகளை வரிசையாக நேரிற் கண்டதாகவும் நூல்கள் நுவல்கின்றன"[4]. அறிவியல் கண்டுபிடிப்புக்கள் அத்தனையும் அறிவாராய்ச்சிகளால் மட்டுமே வெளிப்பட்டன அல்ல. சூர்ந்து காணுதல் தேர்ந்து அறிதல் என்பனவற்றுடன் மேதைகள்பால் வேறுபல ஆற்றல்கள் அமைந்திருக்கின்றன, அவை அகத்துணர்வும் சிந்தனையுமே. பிறர் கண்ணிருந்தும் காண்டற்கரிய நுண்பொருள் களையும், வெளிப்படையாகத் தொடர்பின்றித் தோன்றும் சூழ்நிலை களின் உறவுகளையும் அறிதற்கரிய மறைபொருட் செல்வங்களையும்

அன்னார் அகத்துணர்வின் காரணமாகத் தெரிந்து கொள்ளும் ஆற்றல் வாய்ந்தவராயிருக்கின்றனர். மேன் மக்கள் யாவரிடமும் அகத்துணர்வு அமைந்துள்ளது".[5] அகத்துணர்வு எய்துதல் மெய்யுணர்வு அடைதற்கு ஏது என்பது சாங்கியர் கொள்கை.

பந்தமும் வீடும்:

யோகத்தில் பழகிய புத்தியினாலும் வைராக்கியத்துடன் கூடிய ஞானத்தினாலும் புருடனைத் தேகத்தில் தனித்து நிற்பதாக நன்குணர்ந்து சிந்திப்பதே தானாந்தன்மை. ஒருமுறை பகுதியிலிருந்து விடுதலை எய்திய புருடன் மீட்டும் பந்தமுறான். ஒரு குயவனது சக்கரம் தன் மீதிருந்த பானை தயாராகிவிட்ட பின்பும் முந்திய வாசனையினால் இன்னமும் சற்று நேரம் எவ்வாறு சுற்றிக்கொண்டிருக் கிறதோ அவ்வாறே கைவலியம் பெற்ற மனிதனது சரீரமும் சிலநாள் எஞ்சி நிற்கிறது. தானாந் தன்மை அடைந்ததும் இருவகை உடல்களும் இரிகின்றன. பகுதியின் இயக்கமும் ஒரு முடிவுக்கு வருகிறது.

நூல்வந்த வழி:

சாங்கிய நூலாசிரியர் கபிலமாமுனிவரர். கபிலர் ஆசுரிக்குத் தத்துவம் உபதேசித்தார். ஆசுரி பஞ்சசிகர்க்குப் போதித்தார். வடமொழியில் சட்டி தந்திரம் என்ற மூலநூலின் சுருக்கமாகச் சாங்கிய காரிகையை இயற்றிய ஆசிரியர் ஈசுவர கிருட்டிணர். புலநுனிப் பனிநீரில் பனைவடிவு அடங்கித்தெரிதல் போல் சாங்கிய காரிகையில் தத்துவங்கள் அனைத்தும் அடங்கியுள்ளன.

தியானித்தற்கு ஈசுவரனும் ஆசனப் பயிற்சியும் வளியடக்கும் முயற்சியும் சாங்கியத்தினின்று யோகத்தைப் பிரித்துக் காட்டுகின்றன வேணும், சாங்கியயோகம் என்று இரட்டைத் தத்துவங்களாக அவ்விரண்டும்

வழங்கி வருகின்றன. தத்துவஞானம் ஒன்றே அவித்தையை அகற்றி வீடுபயக்கும் என்பதுதான் சாங்கியம். ஈசுவர தியானமும் அதனோடு இருக்கை வகைகளும் வளியடக்கும் பயிற்சியும் சேர்ந்ததுதான் யோகம். சிந்தனை சிதறிய நிலையினார்க்கு மனத்தை அடக்கி ஒருமுகப் படுத்துதல் வேண்டின், யோகப்பயிற்சி இன்றியமை யாதது. நீரிற் பாசி படர்ந்தாற் போல் தெளிந்த சிந்தனையிற் சிறிதளவே அஞ்ஞானம் படர்ந்த அறிஞரா யினார்க்குச் சாங்கியஞானம் ஒன்றே சால்புடைத்து என்பர் வித்தியாரணியர்.[6]

எண் விளக்கம்

1 வாகீச முனிவர், ஞானாமிர்தம், மதுரைத் தமிழ்ச்சங்கம், (1826) பா. 24:25-30

2 Ibid., டுரச.27; 11-13;

3 பாலகங்காதர திலகர், கீதாரகசியம் (மொழி பெயர்ப்பு) ...ஸ்ரீரங்கம் (1924) ப. 40.

4 விவேகானந்த ஞானதீபம், ஸ்ரீராமகிருஷ்ண மடம், மயிலாப்பூர், சென்னை - 1 சுடர் 5: ப. 5.

5 Alexis Carrel, Man, The Unknown, London (1948) P. 122

6 Surendra Nath Das Gupta, Yoga Philosophy in relation to other Systems of Indian Thought, Motilal Banarsidass, Delhi-7(1974) P. 40.

சாங்கிய காரிகையில் இடைச்செருகலா?

முகவுரை :

இந்தியப் பெருநாடு உள்ளத்து உணர்வினால் கண்ட அறுவகைத் தரிசனங்களில் கபிலர் தோற்றுவித்த சாங்கியமும் ஒன்று. தருக்கவியல் அடிப்படையில் தன் முடிவினை நன்றாக ஆராய்ந்து கூறுவதனால் இது சாங்கியம் என்று பெயர் பெற்றது. "அனுபவமாகும் உலகம் ஒன்று இரண்டு எனப் பிரித்தெண்ணவரும் கற்குவியல் அன்று; ஒற்றுமைப்பட்டுத் தொடர்ந்து ஓடும் ஆற்றொழுக்கே என்ற உறுதியில் பூத்தது சாங்கியம்".[1]

ரிச்சர்டு கார்பே கருத்துப்படி நோக்கின் பின்வருவன சாங்கிய தத்துவத்தின் அடிப்படையான கோட்பாடுகள்:

1)   பிரகிருதியும் புருடனும் வெவ்வேறு தத்துவங்கள்.

2)   முக்குணமயமான பிரகிருதி அழியாத தனித் தத்துவம்.

3)   பிரகிருதியிலிருந்தே ஒழுங்கான பிரபஞ்சம் படிப்படியே பரிணமித்தது.

4)   கடவுளுண்மையை ஒப்புக்கொள்ளவில்லை.

5)   புருடன் சந்நிதியில் புத்தி இயந்திரம் போல் அறிவு விளக்கம் பெற்று இயங்குவது.

6)   சூக்கும சரீரம் பிறவி எடுக்கும் கொள்கை.

7)   பிரகிருதிவேறு புருடன் வேறு என்ற விவேகமே வீடு பயக்கும்.

இவை அனைத்தும் சாங்கிய காரிகையில் கண்டெடுத்த கருத்துக்களே என்பதில் ஐயம் சிறிதும் இல்லை.[2]

சாங்கிய தரிசனத்தின் மிகத்தெளிவான - அதே சமயத்தில் மிகச் சுருக்கமான விளக்கத்தைச் சாங்கிய காரிகை என்னும் நூல் தன்னகத்தே கொண்டுள்ளது. **"இந்தியப் புலமை இலக்கியம் அனைத்திற்கும் முத்து"**[3] என்று அது வருணிக்கப்படுகிறது. புகழ்வாய்ந்த வேதாந்திகளான வாசஸ்பதி மிஸ்ரா, கௌடபாதர் முதலிய பலர் அதற்கு விரிவுரை வரைந்துள்ளனர். அந்நூல் பழையதோர் உரையுடன் சீன மொழியில் "எழுபது பொன்னுரைகள்" என்னும் பெயரில் பரமார்த்தரால் மொழி பெயர்க்கப்பட்டுள்ளது.[4]

சாங்கிய தத்துவத்தைப்பற்றிய மற்றொருநூல் தத்துவ சமாசம். முதன்மை வாய்ந்த மூன்றாவது நூல் சாங்கிய சூத்திரம். அது கபிலர் இயற்றியதாகக் கருதப்படுகிறது. ஆனால் அதன் உள்ளீட்டின் பெரும்பகுதி உண்மையிலேயே பழமையானதாக இருப்பினும், அதனைக் கி.பி. பதினான்காவது நூற்றாண்டிற்கு முந்தியதாக அறிஞர் கருதுவதில்லை. அஃது ஆறு அதிகாரங்களைக் கொண்டது. அவற்றுள் நான்கு, அத்தத்துவத்தின் அடிப்படையைத் தெளிவுபடுத் துவனவாகவும், ஒன்று மாற்றார் தத்துவங்களை ஆராய்வதாகவும், மற்றொன்று அத்தத்துவத்தின் தலையாய கருத்துக்களை விளக்கும் பொருட்டு உருவகக்கதைகளைத் கருவதாகவும் உள்ளன. இது சூத்திர நூலில் ஒரு புதுமையான போக்கில் செல்கிறது.

சாங்கிய காரிகையின் முதல் ஐம்பத்திரண்டு நூற்பாக்களும் மூல சாங்கியக் கொள்கைகளை விளக்கு கின்றன. ஈற்றுப்பதினாறு நூற்பாக்களும் திரிபெய்திய சாங்கியக் கோட்பாடுகளைச் சாற்றுகின்றன, முன்னது பந்தத்தை அடிப்படையாகக் கொண்டது. பின்னது துக்கத்தைத் தொடக்கமாகக் கொண்டது. முந்தியது அறியாமையின் விளைவான பிழையோடு பொருந்தியது. பிந்தியது

அறியாமையின் விளைவான துன்பத்தோடு தொடர்ந்தது.[5] இவ்வாறு கூறுவாருளரேனும், ஆராய்ந்து காணுமிடத்துப் பிழையுந் துன்பத்துக்கே வழி வகுத்தலால், அவ்வகைப் பாகுபாடு வலிவுடைத்தன்று.

ஆறு நூற்பாக்கள் பற்றிய ஆய்வு:

சாங்கிய காரிகையில் புத்தியின் படைப்புப் பதினாறியல்பு என்று புகன்ற பின் அதனையே ஐம்பது வகை என்று பின்னுங்கூறியது இயையாது. ஆகவே 46 முதல் 51 வரை ஆறு நூற்பாக்கள் இடைச் செருகலாகவே கருதற்பாலன எனறார் கீத்.[6] அவர் கூற்று இங்கு ஆராய்ச்சிக்குரியது.

1)   எண்வகைப் பாவங்களும் பிரத்தியய சர்க்கமும் ஒருதன்மையன.

2)   அவ்விருவேறு வகைகளுக்கும் உள்ள இயைபை ஈசுவர கிருட்டிணர் இயம்பவில்லை.

3)   ஈற்று மூன்று நூற்பாக்கள் சேர்க்கப்பட்டபோது பிரத்தியய சர்க்கம் பற்றிய ஆறு நூற்பாக்கள் கோக்கப்பட்டன.

4)   ஆறு நூற்பாக்களும் நூலுக்கு அத்துணை இன்றியமையா தன அல்ல என்பனவே அவை இடைச் செருகல் என்பதற்கு அவர் எழுப்பும் தடைகள்.

1)   எண்வகைப் பாவங்களும் பிரத்தியய சர்க்கமும் ஒரு தன்மையன என்றல் பொருந்தாது.

நூற்பா 46 : புத்தியின் படைப்பே   பிரத்தியயம் என்று கூறப்படும். அறம் முதலியவை மிக்குப் பருவடிவாய்த் துய்க்கப்படும் நிலையை அடையும்பொழுது பிரத்தியயங்கள் எனப்படும். உயிர்களுக்கு அறிவை வருவிக்கின்றமையால் பிரத்தியயங்கள் என்ற பெயர் அவற்றிற்கு

ஏற்பட்டது. பிரத்தியயங்கள் நால்வகை; பேதைமை, அசத்தி, துட்டி, சித்தி. இந்நான்கும் முக்குண பேதங்களால் ஐம்பது வகையாக விரியும். இவற்றைப் பஞ்சாசற்பாவகம் என்பர் பெரியோர்.[7]

காரணம்	காரியம்
அறம்	உயர்பிறவி
பாவம்	இழிபிறவி
ஞானம்	வீடு
அறியாமை	மாறிப்பிறத்தல்
பற்றின்மை	நுண்ணுடல் விடுதல்
பற்று	பிறவிச்சுழல்
சித்தி	வேண்டியது
தளர்வு	எய்துதல்

2) அவ்விருவேறு வகைகளுக்கும் உள்ள இயைபை ஈசுவர கிருட்டிணர் இயம்பவில்லை எனினும் உரையிற்கோடல் என்னும் உத்திவகையினால் புத்தி குணபாவங்கள் சூக்குமம் பிரத்தியய சர்க்கம் தூலம் என மாணாக்கர் உய்த்துணர்தல் அரிதன்று.

நூற்பா 47 : அஞ்ஞானத்தாலும் அவைராக்கியத்தாலும் அநைசுவரியத் திற்கேதுவாகிய அசத்தி என்னும் வலியின்மை உண்டாகும். வலியின்மை (அசத்தி) காரணமாக வறுமை (அநைசுவரியம்) ஏற்படும். பேதைமை என்பது அற்புதமாகத் தோன்றும் பொதுமை கொண்டு ஒன்றை வேறொன்றாக அறியும் விபரீத ஞானம். அசத்தி என்பது அகக்கரணங்கள் புறக்கரணங்கள் இல்லாவிடின் புலன்களிருந்தும் அறிய முடியாத ஞானம். துட்டி என்பது தான் பயன்பெறாதிருப்பினும் பெற்றதாக

உயிர்க்குத் தோன்றும் ஞானம். சித்தி என்பது பிரகிருதி முதலியவற்றை அறிவிக்கும் ஞானம்.

அறம் முதலிய எண்வகைப் பாவங்களை உடையதாகவும், அறம் முதலிய பாவங்களில் உண்டான பேதைமை, அசத்தி, துட்டி, சித்தி ஆகியவற்றின் குணபேதத் தொகுதியாகிய ஐம்பது பிரத்தியயங்களை உடையதாகவும் புத்தி அமைந்திருக்கும்.

நூற்பா 48 : அதன்மத்தால் அஞ்ஞானம் உண்டாகும். அதுதமமும் மோகமும் மாமோகமும் தாமிசிரமும் அந்த தாமிசிரமும் என்று ஐவகைப்படும். அவற்றைப் பஞ்சக் கிலேசம்என்பர் பெரியோர். தமம்என்பது ஆன்மா அல்ல தனை ஆன்மா என மயங்குதல். மோகம் என்பது எண்பெருஞ்செல்வமே மேலான உறுதிப்பயன் எனமயங்குதல். மாமோகம் என்பது மயக்கம். தாமிசிரம் என்பது பொறாமை காரணமாகவும் பெற்றிழத்தல் காரணமாகவும் வருந்துதல். அந்ததாமிசிரம் என்பது எண்பெருஞ் செல்வங்களை ஒரு யோகி அனுபவிக் குங்கால், அவற்றால் வரும் இன்பத்தினை அவனினும் மேற்பட்ட மற்றொரு யோகி கவர்ந்த இடத்து அதனால் வருந்துதல்.

நூற்பா 49 : பதினொரு வகைப் பழுதுகள்: செவிடு, குருடு, வாதம், சுவையின்மை, முகர்வின்மை, ஊமை, கைமுடம், கால் நொண்டி, மலச்சிக்கல், ஆண்மைக் குறைபாடு, பித்தம். இவை அசத்திகள்.

நூற்பா 50 : துட்டி என்பது வெறுப்பு நிகழ்ந்தமையால் உடம்பு முதலியவற்றைப் பேணுதற்பொருட்டு வருங் கவலைகளிலிருந்து நீங்கி மகிழ்ச்சி எய்துதல்.[8] வைராக்கியத்தால் வருவது துட்டி.

பிரதிகிருதி வேறு ஆன்மா வேறு என்று சாத்திர விசாரத்தால் பரோட்சமான ஞானத்தை அடைந்து பிறகு தியானத்தை அப்பியாசி

யாமலே பிரத்தியட்ச ஞானம் வந்துவிடும் என்று மகிழ்ச்சியாயிருப்பது பிரகிருதி துட்டி.

இம்மட்டில் பயனுண்டாவதாயிருந்தால் ஆயாசமின்றி அனை வரும் முத்தராகக் கூடும். சந்நியாச விதியும் அப்பொழுது பயனற்றது. ஆகையால் சந்நியாசம் இருந்தால் போதும், தியானம் வேண்டா என்றிருப்பது உபாதான துட்டி.

சந்நியாசமும் ஒரு கால விசேடத்தில் மட்டுமே மோட்சத்திற்குக் காரணம். பரபரப்புடன் வீணான வருத்தம் அடைவதில் பயனில்லை என்று சமாதானம் செய்து கொண்டு மௌனமாயிருப்பது காலதுட்டி.

காலமும் முன்பிறவியிலுள்ள பாக்கிய வசத்தால் பயனைக் கொடுக்கத்தக்கது. ஆகவே பாக்கியம் வேண்டும். தியானம் எதற்காக? என்ற நினைப்புடன் இருப்பது பாக்கிய துட்டி.[9]

கர்மங்களைப் பற்றிய விபரீத அபிப்பிராயமே உண்மையான வைராக்கியமில்லாமல் வேறு கருத்தால் உண்டாகும் வைராக்கியம். அஃது ஐவகை:

1)   பொருளைத் தேடுவதில் துன்பமிருக்கிறது என்று தெரிந்து கொண்டு அக்காரணத்தால் அதிலுண்டாகும் வெறுப்பு.

2)   அரசர் திருடர் முதலியவர்களால் பொருளுக்கு நேரும் நாசம் பெரிய துன்பமாயிருக்கிறது என்று நினைத்து அதிலுண்டாகும் வெறுப்பு.

3)   மனிதன் புசிப்பதாலும் பொருளுக்கு ஏற்படும் நாசம் துன்பமா யிருக்கிறது என்று நினைத்து அதிலுண்டாகும் வெறுப்பு.

4)   பொருட்செலவால் விளையும் போகமும் அழிவுள்ளதாயிருக்கிறது என்று நினைத்து அதிலுண்டாகும் வெறுப்பு.

5) பிராணிகளைத் துன்பப் படுத்தாமல் அவ்விதமான போகம் ஏற்படாமையால் போகத்தில் இம்சை என்ற பாவம் இருக்கிறதென்று நினைத்து அதிலுண்டாகும் வெறுப்பு. இவை சாங்கிய சப்ததி என்னும் கிரந்தத்தில் தெளிவாய்க் கூறப்பட்டிருக்கின்றன. [10]

நூற்பா : 51 ஞானம் எண்வகைப்படும். அவற்றுள் உம்மையின் வாசனை பற்றி முன்னோடு பின் மலைவின்றிப் பொருந்துமாற்றால் பொருள்களை ஆராய்ச்சி செய்து ஊகித்தறியும் ஞானம் ஒன்று, ஆத்தியான்மிகம் முதலிய மூவகைத் துக்கத்தான் மடிவு வந்துழி நிகழ்வனவாகிய ஞானம் மூன்று. நட்டோர் கூறும் வாயுறை மொழியான் வரும் ஞானம் ஒன்று, சாத்திரங்களைத் தானே ஓதியுணர்தலானும் ஆசிரியனை வழிபட்டு ஓதியுணர்தலானும் வரும் ஞானம் இரண்டு, தானம் முதலிய நல்வினைகளான் வரும் ஞானம் ஒன்று; ஆக ஞானவகை எட்டும் கண்டு கொள்க. [11]

3) ஈற்று மூன்று நூற்பாக்களுள் சட்டி தந்திரம் என்னும் பரந்துபட்ட பனுவலில் வற்றையே தொகுத்து நூல் செய்தார் உள்ள ஈசுவர கிருட்டிணர் என்பதனை 72 ஆம் காரிகையுரையில் கௌடபாதர் முதலோர் விளக்கிப் போந்தனர். ஆறு நூற் பாக்களும் இடைச்செருகல் என்பவர் கீத் முதலிய ஒருசார் ஆசிரியரே. மிகப்பலர் அவற்றை ஈசுவர கிருட்டிணர் எழுதியனவாக ஏற்றுக் கொள்கின்றனர். சட்டி தந்திரம் குறித்து அறிதற்கு மேற்கூறிய ஆறு நூற்பாக்களும் துணையாக இலங்குகின்றன. ஆகவே, கீத் எழுப்பிய மூன்றாவது மறுப்பும் ஏற்புடைத்தன்று.

4) ஆறு நூற்பாக்களும் நூலுக்கு இன்றியமையாதன அல்ல என்றலும் பொருந்துவதன்று. ஏனெனில், அவை புத்தி குணபாவங்களினும் சிறப்பாக ஞானம் அஞ்ஞானம் பற்றிய விரிவும் விளக்கமும் தருகின்றன. எண்வகைப் பாவங்களும் புத்தியின் இயல்புகள். அவற்றைச் சமஸ்காரங்கள், வாசனைகள், பதிவுகள் எனப் பலவாறாகப் பகர்வர்.

அதன்மத்தினால் அஞ்ஞானம் ஏற்படும். அஞ் ஞானத்தினால் அவைராக்கியம் ஏற்படும். அவை ராக்கியத்தினால் அசத்தி ஏற்படும். அசத்தியினால் அறைசுவரியம் ஏற்படும். எனவே அறநெறியை வலியுறுத்துவதற்கு ஏற்ற இடமாகப் பிரத்தியயப் படைப்புப் பற்றிய விளக்கமே வாய்த்தது. ஆறு நூற்பாக்களும் இடைச்செருகல் எனில், அறத்தை நிலைநாட்டும் திறத்தைச் சாங்கியர் கடைப்பிடிக்கவில்லை என்று குற்றங் கூறுவதற்கு வழிவகை பிறந்துவிடும்.

முடிவுரை :

அனுபவத்தை ஆராய்வது உலக வாழ்க்கையில் ஒருவனை அறநெறியில் செலுத்துகின்றது. பிரகிருதியின் பரிணாமத்திற்கே அவிவேகம்தான் காரணம். அவிவேகமே அறிவுநிலை ஆய்வுக்கும் அறநிலை ஆய்வுக்கும் அடிப்படை உண்மையையும் நன்மையையும் உணராமையே அவிவேகம். **அறிவு நிலையில் உண்மையை அறியாமையே அவிவேகம். அறநிலையில் நன்மையை அறியாமையே அவிவேகம்.** மனத்தத்துவங்கள் பரிணமிப்பதற்கு நன்மை தீமை அல்லது அறம் பாவம் என்ற இரண்டுமே காரணம்.[12] ஏனெனில் புத்திகுணபாவங்கள் எண்வகையில் அறம்பாவ ஆகியவை அடங்குகின்றன. எனவே அறிவுநிலையில் பிழையை எதிர்த்து வெற்றி

கொள்ளுதற்பொருட்டும் அறநிலையில் தீமையை எதிர்த்து வெற்றி கொள்ளுதற் பொருட்டும் பிரகிருதியின் பரிணாமச் செயல் நிகழ் கின்றது. சுருங்கக்கூறின், **பிழையையும் தீமையையும் எதிர்க்கும் போராட்டமே உலக வாழ்க்கை. போராட்டத்தின் நோக்கமோ உண்மையையும் நன்மையையும் எய்த வேண்டும் என்பதே.**[13]

பிரகிருதியுடன் புருடன் பிணிப்புற்ற வாழ்க்கையில் சத்துவ குணம் குன்றியுள்ளது. அதனால் அறத் திற்கு மாறானவை தலை தூக்கிப் பொய்மையும் தீமையும் பெருகி நிற்கின்றன. ஆன்மா எய்த வேண்டிய மேன்மையான நிலைக்கு அதுவே வழியடைக்கும் கல். அவ்வகையான பொய்மையும் தீமையும் படிப்படியே பொன்றி அறநெறியில் வாழ்க்கை நடாத்துவதற்குச் சத்துவகுணம் செல்வாக்குப் பெற்று நிற்றல் வேண்டும். சத்துவமோ ஒளிமயமான குணம். அஃது ஆன்மாவின் இயற்கைக்கு நிகரானது. ஆகவே சத்துவ குணத்தின் ஆதிக்கம் மேலோங்குவதே ஆன்ம சொரூபம் புலனாதற்கு வழிவகுக்கும். ஆதலினால், பிரகிருதி வலையுட்பட்ட புருடன் இடைவிடாமல் முயன்று தன் உண்மைநிலையை உணரவே, பிறவியுட் புகாத அழியா இன்பமாகிய நன்மையை அடைதல் ஒருதலை.

பயிற்சியின் மூலமே புத்தி சத்துவகுணமயமாகும். சத்துவபுத்தி ஒரு கண்ணாடிக்குச்சமம். அதன்கண் புருடனின் பிம்பம் பிரதி பலிக்கும். பிரகிருதிக்கு அப்பால் சென்றால்தான் பிரகிருதியை விட்டு விலக முடியும். அறத்திற்கு மாறானவை ஒருவனது புத்தியில் செல்வாக்குப் பெறும் போது, அவன் பிரகிருதியுடன் நெருக்கமாகப் பிணிப்புறுகின்றான், அந்நிலையில் அவன் உலகியல் இன்பத்துள் ஆழ்ந்து விடுகின்றான். பல்வகைப் பிறவிகளில் இவ்வாறு உலகியலுள் ஆழ்ந்திருந்தவன், மென்மெல அதன் புன்மையை உள்ளவாறு அறிய

முற்படுகின்றான்.அப்போது புருடனின் உயர்வும் பிரகிருதியின் இழிவும் அவனுக்குப் பிரிந்து தோன்றுகின்றன. அதுதான் சத்துவபுத்தியின் எழுச்சி. இராசத தாமத குணங்கள் குன்றிய நிலையில் சத்துவமயமான புத்தி தன்கண் புருடனின் பிம்பத்தைப் பிரதிபலித்துக் காட்டும் ஆற்றலை அடைகின்றது. அஞ்ஞான்று புருடன் புத்தியினும் பன்மடங்கு ஒளி மிக்கு வேறுபட்டு மிளிர்வான். இதற்குத் தடைசெய்யும் பிழையும் தீமையும் விபரியயங்கள், அசத்திகள், துட்டிகள் என்று சாங்கிய காரிகை முழங்குகின்றது. சித்திகளோ உண்மையையும் நன்மையையும் அடையத் துணை புரிவன. ஆகவே சாங்கிய காரிகையில் ஆறு நூற்பாக்கள் இடைச்செருகல் என்று உரைத்தார் கருத்தில் பொருத்தம் காணப்படுமாறில்லை.

எண் விளக்கம்

1   தெ.பொ.மீ., "சாங்கியம்", கலைக்களஞ்சியம் IV தமிழ் வளர்ச்சிக் கழகம், சென்னை. (1956) ப. 546

2   Debieprasad Chattopadhyaya, Lokayata, People's publishing house, New Delhi, (1973) P. 430

3   ஹிரியண்ணா, இந்தியத் தத்துவம் II (மொழி பெயர்ப்பு) தமிழ் வெளியீட்டுக் கழகம், சென்னை (1968) ப. 104

5   Dale Riepe, The Naturalistic Tradition in Indian Thought, Motilal Banarsidass, Delbi-7 (1994) P. 181-2

6   A.B. Keith, The Samkhya system, Y.M.C.A. Publishing House, Calcutta (1949) Pp. 104-5

7   சிவப்பிரகாசம், பா 32

8   சிவஞானமுனிவர், சிவஞான போத மாபாடியம், சை.சி.கழகம், சென்னை (1952), ப. 194

9   மகாபாரதம்; XII அத்தியாயம் 204 : ப. 194

10   Ibid., ப. 705 அடிக்குறிப்பு

11   சிவஞான முனிவர், op. cit., ப. 191

12   Anima Sen Gupta, Classical Sankhya, Lucknow (1969), p. 150

13   Ibid., p 150

அவையடக்கம்

வடபுலத் துதித்த வண்புகழ் அறிஞர்

கடல்சூழ் உலகங் கைகுவித் திறைஞ்சுங்

கபிலமா முனிவரர் கருத்தினை நுனித்தே

ஆசறு காட்சி ஈசுர கிருட்டிணன்

5   பரமத மறுப்பும் உருவகக் கதைகளும்

விரவா தொரீஇ வித்தகர் வியக்கும்

சட்டிதந் திரத்தின் சாரம் ஈதென

ஆரிய மொழியிற் காரிகை யாகச்

சீரிய நூலாச் செய்தனன்

10   பூரியன் இவணம் புகன்றனென் சிறிதே.

இவணம் - இ(வ்)வ(ண்)ணம்.

தொகுக்கும் வழித் தொகுத்தல்

சாங்கிய காரிகை

1

மோதுமுத் துன்பமும் முளையொடுங் களைதற்கு
ஒதுக நெறியென்று உசாவுதிர் ஆயின்
அந்தணர் அருமறை அறைபவை யாகிய
மந்திரம் மருந்து மணிவகை
5   அரந்தையை நிரந்தரம் அழிப்பவை அலவே.

உசாவுதிர் ஆயின் - கேட்பீரானால்.

அரந்தை - துன்பம்

கருத்து: இவ்வுலகில் மூவகைத் துன்பங்காரணமாக இடையூறு ஏற்படுவதால் அவைகளை நீக்குவதற்கு ஒரு முயற்சி விரும்பப்படுகிறது. அம்முயற்சி வீண் என்று கூறினால் அஃது அவ்வாறன்று. அவற்றைத் தீர்க்க வேதங்கள் கூறும் வெளிப்படையாகத் தெரிந்த வழிகள் மேலானவையோ முடிவானவையோ அல்ல.

2

ஆதிநாட் டொடங்கி வேதியர் யாரும்
சோதிட் டோமழும் சோமவெஞ் சாறும்
விலங்குயிர் செகுத்து வேட்டும் பருகியும்
நலங்கொள் உலகம் நண்ணிய துண்டோ?
5   யானொன்று கூறுவல் கேண்மதி தம்மைப்
பகுதியின் வேறெனப் பார்க்கும் புருடரே
தொகுமுத் துன்பத் தொடக்குறார்; அன்றியும்
அந்தமில் இன்பத் தழிவில்
வீடுபே றெய்தி நீடுவை குவரே.

சோதிட்டோமம் - ஒருவகைவேள்வி;
சோமவெஞ்சாறு - வேள்விவேளையில்
விரும்பிப் பருகும் ஒருவகை மது.

கருத்து: துன்பத்தைத் துடைத்தற்குரிய வழிகளில் எது நமக்குத் தெரிந்திருக்கிறதோ அது மலினமுள்ளதும் அழிவுள்ளதும் பொருந்தாத தாகவும் இருக்கின்றது ஆயின், அதற்கு மாறாகவுள்ளதோ வியத்தம், அவ்வியத்தம், ஆன்மா ஆகியவற்றைப் பகுத்து மெய்யாகவுணர்தலால் மேன்மையானது.

3

தூலவர் கூறிய மூலப் பகுதி
சாலவும் நுட்பஞ் சான்றது, அதுதான்
பிறிதொரு பொருளிற் பிறத்தலும் இன்றே.
செறிதரு மானுஞ் செருக்கும் ஏனை
5   ஐந்துதன் மாத்திரை ஆகிய ஏழம்
வாலறி வுடையாய் வயங்கிய மூலப்
பகுதியி னின்று பரிணமித் தனவாம்
பொறிகள் பத்தும் பூதமோர் ஐந்தும்
அறிமனந் தன்னோடு அப்பதி னைந்தும்
10   அவ்வெழு கூற்றிற் செல்விதிற் றோன்றும்
இவ்வயின் ஆன்ம இயல்பினை நோக்கின்
தான்பிற வற்றில் தோன்றிய தன்றே
தான்பிற வற்றைத் தோற்றிய தன்றே
ஆதலின் ஐயைந் தாமென
15   ஓதினர் சாங்கியர் உலகெனக் கண்டே.

நூலவர் - சாங்கிய நூல் செய்த ஆசிரியர்

மான் - புத்தி; செருக்கு - அகங்காரம்.

கருத்து: மூலப்பகுதி இயற்கையானது, விகாரமற்றது. மானகங்காரம் தன்மாத்திரைகள் ஆகிய ஏழும் பகுதியும் விகுதியுமானவை. ஆனால், பதினாறாவதான புருடன் பகுதியுமல்லன், விகுதியுமல்லன்.

4

கருத லளவை காட்சி யளவையென்
றிருவகை யானும் இனிதுண ராதவை
மூதறி வாளர் ஓதிய மொழியால்
கோதறத் தெளிதல் கூறுமா கமமே
5   ஆங்கனம் அளவைமூன் றாமெனச்
சாங்கிய நூலோர் தாங்கிளந் தனரே.

கோதற - குற்றம் நீங்க ;

கருத்து: பிரத்தியட்சம். அனுமானம். ஆப்தவசனம் ஆகிய மூன்றும் அறிவடைவதற்கு வழிகள். ஏனெனில் இம்மூன்று அளவைகளும் அறிவு எய்துதற்குரிய எல்லா வகைகளையும் கொண்டுள்ளன. இக்கருவிகளால் அறிவு உண்டாகிறது.

5

ஐயமும் திரிவும் அணுகுத லின்றி
மெய்ஜம் பொறியால் மேயதே காட்சி
நெறிதர ஒப்புமை நேர்ந்துடன் நிற்கும்
குறிவழி உய்த்துக் கொண்டுணர் வதுவே
5.   கருதல் அளவை; கயக்கற வுணர்வோய்!

காருறு முகிலினைக் கண்டோன், கடுமழை

நீருறு மென்றல் பூருவ வாதம்;

ஆற்றில் வெள்ளத் தோற்றம் ஏதவா

நேற்றிரா மலைத்தலை ஊற்றியது பெயலெனல்

10 சேடவாதம்ஞ ஏடுகை விடாதோய்!

ஏதுவும் பொருளும் இயைதற் காகிய

ஒதும் உடனிகழ்வு ஒன்றுமில் லெனினும்

கடந்திகழ் களிற்றொலி காட்டினிற் கேட்டோன்

உடங்கெழில் யானையயங் குண்டென வுணர்தல்

15 சாமானிய வாதம்ஞ சாற்றின்

ஆம்அனு மானம் அம்மூ வகைத்தே

   கடம் -மதம், உடங்கு - உடனே.

  மழைநீர் உறும் என்க. சாமானியம் - பொது

  சேடம் - காரியம், எச்சம். பூருவம் -காரணம்.

கருத்து : பொறிகளால் காண்பதனால் பொருள் நிச்சயம் ஏற்படுதல் பிரத்தியட்சம். அனுமானம் மூவகை; குறிகளால் உய்த்துணர்வது. நூல்களிலிருந்து அறிவது ஆப்தவசனம.

6

பொறியுணர் விறந்த பொருள்களும் உள! அவை

அறியொப் புமையே அடிப்படை யாகக்

காணப் படாத காரணந் தன்னைக்

காணப் பட்ட காரியங் கொண்டு

5 வழியள வையினால் வகைப்படப் புலனாம்

கழிபெருஞ் சிறப்பிற் கருத லனவையின்

அறிதற் கியலா அருநுண் பொருள்களை
ஆகம வாயிலா அறிதல்
அன்றிவே நில்லை என்றிசி னோரே.

கருத்து: பிரத்தியட்சம் எளிதிலறியப்படுவது. அனுமானம் இந்திரியங்களுக்கு அப்பாற்பட்டு. நிகழ்வது. காட்சி யனுமானம் ஆகிய இரண்டினுக்கும் அப்பாற் பட்டவை. ஆகம வாயிலாக அறியப்படுவன.

7

கண்ணிற் காணா நுண்ணிய நிலையினும்
அண்ணணித் தாக அமைவுறப் பெறினும்
திண்ணிய நெஞ்சம் சிதைவுறு வழியினும்
இந்திரி யம்பழு தெய்திய இடத்தினும்
சிந்தை செல்லாச் சேணெடுந் தொலைவினும்
தந்தம போல்வன தமைமருட் குறினும்
இடைப்படத் தடைகள் மிடைந்திடு மாயினும்
ஒத்தவை தம்மோ டொன்றினும்
எத்தகைப் பொருளும் இயைந்தறி கிலமே.

5

கருத்து: நெடுந்தொலைவு, மிக அணுக்கம், புலன்களின் குறைபாடு, மனமயக்கம், நனிநுட்பம், குறுக்கீடு, வேறு பொருளால் மறைவுபடுதல், பிறபொருள்களில் கலந்திருத்தல் ஆகிய எட்டுக்காரணங் களால் பொருளுண்மை பெறப்படாது.

8

நெறிப்பட நுண்மை நேர்ந்துள தததனால்
அறிய வாரா தாயினும், பகுதி

பரிணமிப் பவற்றால் பகுத்துணர் பொருளாம்

மானகங் கார மனங்கள்

5   தான்நிலை மாறலின் தோன்றின முறையே.

தான் - மூலப்பகுதி

நிலை - முக்குணங்களின் சமநிலை

கருத்து : பொருள்கள் தெரியாதிருப்பதற்குக் காரணம் அவற்றின் இன்மையன்று, நுண்மையே. ஏனெனில் பொருளின் காரியத்தினால் அது நமக்குப் புலப்படுகிறது. மகதாதிகளெல்லாம் பிரகிருதியின் சரூபம் விரூபம் ஆகியவைகளாக உள்ளன.

9

இல்லது என்றும் இல்லதே ஆகலின்

கல்லில் எண்ணெய் கண்டவர் இலரே.

வல்லதாங் காரணம் வாய்ப்பினும் முன்னர்

இன்மைய தொன்றை இயற்றுவார் இலரே.

5   முன்முயற் கோடு முளைத்ததும் உணடோ?

ஏதுவும் விளைவும் பேதுறல் இன்றே

ஒதுகா ரணத்தில் உறுகா ரியந்தான்

வெளிப்படத் தடைகள் விளைவன உளவால்

ஒளிப்பன பலவே; உறுதடை நீங்கின்

10   எள்ளாட் டியவழி எணணெயுங் காண்குவம்

உள்ளது போகா துண்மை, அன்றியும்

பாறயி ராதலே பரிணமிப் பதுகாண்

தேறிய சாங்கியர் தெரிந்து

வழங்குசற் காரிய வாதழும் இதுவெ.

பால் + தயிர்- பாறயிர்

கருத்து : 1) இல்லது தோன்றாது ஆதலினாலும்

2) காரண காரியங்களுக்குத் தொடர்பு இருத்தலினாலும்

3) காரணகாரியத் தொடர்பின்றி எதுவும்
தோன்றாமையினாலும்

4) எது எதனால் ஆகுமோ அது அதனையே உண்டாக்கும்
ஆதலினாலு தலினாலும்

5) காரணத்தின் தன்மையைக் காரியம் கொண்டிருக்கும்
ஆதலினாலும் காரியம் உள்ளது என்பது அறியப்படும்.

10

நோக்குதற் கரிய சூக்குமம் விரிந்து
நெறியிற் பல்வித நீர்மையிற் பிரிந்தபின்
ஆதியா யுள்ள ஏதுவின் எழுவது
பூதபரி யந்தம் பூரித் தியல்வது
5   அவயவப் பகுப்போ டநித்திய மாவது
முற்றோன் றியதுடன் உற்றொடுங்குவது
தற்சார் பில்லது பற்பல அவது
உற்றகா ரணத்தோ டொருங்கிய புடையது
இயக்கம் உடையது என்றிவை வியத்தம்,
10   இவ்கை ஒன்பதிற் நியல்போடு
ஒவ்வா தாகும் அவ்வியத் தம்மே.

முற்றோன்றியது - பிரகிருதி.
வியத்தம் - புலப்படுவது
அவ்வியத்தம் - புலப்படாதது
அவ்வியத்தம்மே - விரித்தல் விகாரம்.

கருத்து: வியத்தமாவது காரணமுடையது, அநித்தியம், அவியாப்தி, இயங்குவது, பற்பல விதமாக உளது, அவயவப் பகுப்புடையது. பரதந்திரியம், பிறிதொன்றைச் சார்ந்திருப்பது. அவ்வியத்தமாவது மேற் கூறியவற்றிற்கு எதிர்மறை.

11

அ)   தனையறி வரியது. தான்முக் குணத்தது
        மனநிகழ் வின்றி மாண்பமை பொதுவாய்
        எல்லாப் பொருளும் எழுவதற் கிடமெனச்
        சொல்லுதல் அசேதனச் சூக்குமப்

5   பகுதி என்மனார் பகுத்துணர்ந் தோரே.

ஆ)   அறிதற் கெளியது செறிகுணம் இல்லது
        பொறியுணர் விறந்தது பொதுவு மல்லது
        எவ்வகைப் பொருளும் எழுமிடம் இல்லது
        அவ்வகைப் பொருளெலாம் அறிதரும் உணர்வது

5   பலவாய் எங்கணும் உலவிநித் தியமாய்
        நின்றுள வுணர்வாய் நிகழ்வது
        புருடன் இயல்பெனப் புகலப் படுமே

கருத்து: வியத்தமானது முக்குணமயம், அவிவேகி. பொருளைச் சார்ந்தது, அசேதனம்,பிரசவதருமி, சாமானியம். பிரதானமும் அன்னதே. புருடனோ முற் கூறியது போலவும் விபரீதமாகவும் உள்ளவன்.

12

       இன்பம் ஒளியே எழில்சத் துவகுணம்
       துன்பம் எழுச்சி தொடரிரா சதகுணம்
       முரண்பா டிருளே முழுத்தா மதகுணம்

அரண்செய் தொன்றினொன் றறக்கலந் திருக்கும்
5 ஆயினும் ஒருகுண ஆட்சிமீக் கூர்தலின்
மேய அதன்பெயர் விளம்புவர் திடனே.
குணந்தனிற் பிரிந்தொரு குன்றியும் இன்றே
கணந்தொறுந் தோன்றும் காரியங் காணின்
மிக்கும் குறைந்துந் தக்கவா றியையந்த
10 முக்குண வசத்தால் முழுமையும்
துன்னிற் றென்ப துணிந்திசி னோரே.

கருத்து: முக்குணங்கள் விருப்பு வெறுப்பு ஏக்கம் ஆகியவற்றைக்
குறிக்கும்; விளக்கம் முயற்சி நியமம் ஆகிய மூன்றையும் அவை சுட்டும்.
அவை ஒன்றற் கொன்று உண்டாக்குவன. ஒன்றனை ஒன்று ஆதிக்கம்
புரிவன.

13

அ) திரிகுணத் தொடர்பினைத் தெரிதரின் அம்ம!
எரிவிளக் கொளியும் திரியும் நெய்யும்
புரைவ தாமெனப் புகல்வர்
தரைபுகழ் சாங்கியம் தவப்பயின் றோரே.

ஆ) அறிவுடன் அமைந்த அடக்கமும், எதற்கும்
ஏறியென் றோடும் இயக்கமும், தாங்கி
மூங்கைபோல் கிடக்கும் முடக்கமும்
யாங்கணும் உள்ளனும் சாங்கிய நாலே.

எனும் - என்னும் என்பதன் தொகுத்தல்;
முற்று. புரைவது - ஒப்பாகும்

கருத்து: சத்துவம் நொய்தானது, பிரகாசமானது. இராசதம் பரபரப்பானது, இயக்கமானது. தாமதம் கனத்தது, இருளானது. இவை விளக்குப்போல் ஒரு காரியத்தைச் செய்யும்.

14

ஒட்டினுள் யாமை ஒரைந் தொடுக்கி
மீட்டும் புறத்தே நீட்டுதல் மான
   மூலப் பகுதியே ஞாலம் அனைத்தும்
சாலவும் ஒடுக்கி ஏலவே விரிக்கும்
5 புதிதென எதுவும் புவனியில் இன்றே
பொதிகா ரணத்தில் பொலிகா ரியமே
படைப்பென நெறியிற் பரிணமித் தன்றே
உடைப்பெருங் குணங்கள் ஒப்பநின் றதுதான்
தோற்றுமுன் ஈற்றின் பின்னர்
10 சாற்றும் பகுதியின் சாமிய நிலையே.
   சாமியம் - சமநிலை;

கருத்து: முக்குணங்கள் வியத்தத்தில் விளங்கித் தோன்று தலாலும், ஆன்மாவுக்கு இன்மையாலும், வியத்தம் அவ்வியத்தம் என்ற பாகுபாடு ஏற்படுகிறது. அவ்வியத்தம் அவ்விதம் இருக்கக் காரணம் யாதெனில், காரியத்தில் உள்ளது காரணத்திலும் இருப்பதே.

15

பரிணமித் தெழுந்தவை பகர வுடையன
ஒன்றினுள் மற்றொன்று உறுதொடர் புடையன
ஆற்றலுக் கேற்ற அவ்விளை வுடையன
ஏதுவின் வேறாங் காரிய இயல்பின

5   தோற்ற ஒடுக்க நிகழ்ச்சியின் முன்பின்
     வேற்றுமைப் பட்டு விளங்காப் பெற்றிய
     ஆதலின் பகுதிவே றாக
     உண்டென உணர்வர் உரனுடை யோரே.
          பரிணமித்தெழுந்தவை - பேதபரிணாமம்

     கருத்து: பேதம் ஓர் அளவுடையதாலும் ஒன்றினுக் கொன்று
தொடர்புடையதாலும், சக்திக்கேற்ற செயல் உண்டாவதாலும், காரண
காரிய வேறுபாடு உடையதனாலும், எல்லாப் பொருள்களும் ஒரே
இடத்தில் கூடுவதுடன் பாகுபாடற்றவையாக இருப்பதனாலும் பிரபஞ்சம்
பிரதானத்தில் ஒடுங்கு வதைப் பிரித்தறிய முடியாது.

16

     ஆனமுக் குணங்களோ டந்தக் கரணமாம்
     மானகங் கார மனமே ஏனைப்
     பரிணமித் தெழுந்த விகுதிக ளாகிய
     கருவிகள் வாயிலாக் காரிய மாற்றும்
5   அவ்வியத் தம்எனும் அப்பெரும் பகுதி
     நிலத்தின் இயல்பால் நீர்திரிந் தாங்குத்
     தத்துவப் பொருள்களின் தன்மைக் கேற்ப
     வேற்றுமைப் பட்டு விளங்கித் தோன்றும்
     வியத்தத் தினில்வே றாயினும்
10   அவ்வியத் தத்தில் அவ்விதம் இலையே.

     கருத்து: முக்குணங்களாலும் அவற்றின் சேர்க்கையாலும்
பரிணாமத்தினாலும் அவ்வியத்தமே ஒவ்வொரு குணத்தின்
ஆதிக்கத்தினால், நிலத்தியல்பினால் நீரின் இயல்பு வேறுபடுவது
போல எல்லாவற்றிற்கும் காரணமாகின்றது.

17

முக்குண மயமாய்த் திக்கெலாஞ் சிவணிய
அசேதனப் பொருள்கள்ளூ அவற்றின் வேறே
புருடர் என்போர்; அவர்நுகர் பொருட்டே
புலமார் பொருள்கள் பொருந்தின வாகும்.
5   அசேதனப் பொருளைச் சேதனப் பொருள்கள்
இடமாய் அகப்படுத்து இயக்குந வாகும்.
அன்றியும் அவற்றால் இன்புறும் இயல்பும்
வீடுற எண்ணி நாடுறு முயற்சியும்
விளங்கித் தோன்றலை உளங்கொளின்
10   தெரிந்துவே றான்மா திகழ்வது மெய்யே.

சிவணிய - முற்று;

கருத்து :   1)   இந்திரியங்கள் முதலானவை உடம்பினுக்கு வேறாகவுள்ள
புருடன் அனுபவித்தற்காக இருப்பதாலும்.

2)   புருடன் முக்குணங்களுக்கு அப்பாற் பட்டவனாக
இருப்பதாலும்,

3)   இந்திரியத் தொகுதி புருடனால் கண்காணிக்கப்
படுவதாலும்,

4)   பிரகிருதியி லிருந்து விடுபடுவதற்கான முயற்சி செய்
வதற்கு ஒருவன் வேண்டுவதனாலும் சடப் பொருளுக்கு
வேறாகப் புருடன் உளன.

18

பிறப்புஞ் சாவும் பெறுவன உளவே
சிறப்புடைப் பொறிகள் அறப்பல வகையே

ஒருவித மாகவோ ஒருங்கொரு போழ்தோ
நினையுங் காலை வினைநிகழ் வின்றே;
5 முனையுமுந் குணங்களு முரண்படு வனவே
யாக்கைக் கெச்சமும் நோக்குறிற் பலவே
புருடன் மாற்றம் பொருந்தா னாகலின்
என்றும் புருடரெண் இயம்பின்
ஒருவரல் லர்பலர் என்றிசி னோரே.

கருத்து: பிறப்பும் இறப்பும், ஞானேந்திரிய கன்மேந்திரியங்களும் வெவ்வேறாக ஒவ்வொருபுருடனுக்கும் அமைந்திருப்பதாலும், புருடன் செயல்கள் ஒரே நேரத்திலும் பொதுவாகவும் நிகழாதிருப்பதாலும், முக்குணங்களும் வேறுவேறு விதமாகப் புருடனைப் பாதிப்பதாலும் புருடர் பலர் என்று கொள்ள வேண்டும்.

19

புத்தியின் உறவைப் பொருந்தினும் புரடன்
எத்துணை யாயினும் இயல்பிற் றிரியான்
தோன்றல் திரிதல் கெடுதல் ஏன்ற
மூன்றன் செயல்கள் முக்குண விளைவே.
5 சாலவும் நுணுகிய மூலப் பகுதியின்
சான்றுமாத் திரையாய்ச் சார்குவன் புரடன்
இடரும் இயக்கமும் இம்மியும் இல்லான்
நடப்பதைக் காணும் நடுவன்
சடப்பொருள் அல்லாச் சிற்பொரு ளெனவே.

கருத்து: பிரகிருதியிலிருந்து மாறுபட்டிருப்பதால் புருடன் சாட்சியாகவும் துன்பமற்றும் நடுவெனாகவும் வெறும் பார்வையாளனா கவும் செயலற்றும் உளன்.

20

குணங்களோ டென்றும் இணங்கியே உறையும்
கண்ணினுக் ககப்படா நுண்ணுடல் தன்னை
அண்மியே ஆன்மா நண்ணிய போழ்தத்து
அசேதனப் பொருளின் செய்கையை மரீஇத்
5 தோற்றுவ தெல்லாம் சாற்றின்
உண்மையின் பாலா ஒன்றிய தன்றே.

கருத்து : சேதனத்தின் சேர்க்கையால் புத்தியுள்ளது போலவும்
கருத்தாவாகவும் அசேதனம் காணப்படுகிறது. அசேதனப் பொருள்கள்
முக்குணங்களால்தான் செயல் படுகின்றன. நடுவெனாகப் புருடன்
செயல்படுவது போல் தோன்றுகிறது.

21

அந்தக் கரணமோ டைந்துதன் மாத்திரை
தந்தநுண் உடலில் தான்புகும் புரடனின்
சந்நிதி மாத்திரை சார்ந்தெழும் புத்தி
ஏற்றுரை என்றிதைச் சாற்றுவர் புலவர்.
5 காலற் றவனே கருதிற் புரடன்
மூலப் பகுதி முழுக்குரு டென்பர்
அந்தகன் சுவல்மிசை அமர்ந்தனன் ஏறி
உந்தியே முடவன் உய்த்தல் போலப்
பொருந்திய பகுதியைப் புகுடன் இயக்கும்
10 இருவகைப் புணர்ப்பே பொருட்பரி ணாமம்
புருடன் திருமுன் பெருநடம்
உளுற்றும் பகுதியென் றுரைத்திசி னோரே,

சுவல் - தோள்

கருத்து: புருடன் பிரகிருதி புணர்ப்பு, முடவன் குருடன் சேர்க்கை போல்வது. புருடன் ஞானம் பெறுவதற்காகவும் வீடு அடைவதற்காகவும் அச்சேர்க்கை நேர்ந்துள்ளது. அத்தகைய உறவினால்தான் பிரபஞ்சப் படைப்பு உண்டாகிறது.

22

மூலப் பகுதியில் முதற்கட் டோற்றம்
சாலப் பெரிதெனச் சாற்றும் புத்தி
அதினகங் காரம் அதன்பிற் றோன்றும்
பதின்நூண் பொறிகளும் பகரும் மனமும்
5   நிரனிறை எழூஉம் ; வரன்முறை
பூத்தஜம் பூதமும் மாத்திரை விரிந்தே.

மாத்திரை - முதற்குறை,

கருத்து : பிரகிருதியிலிருந்து மானும், மானிலிருந்து அகங்காரமும், அதிலிருந்து பதினாறு தத்துவங்களும், தன் மாத்திரை களும், தன்மாத்திரைகளிலிருந்து பூதங்களும் உண்டாகின்றன.

23

பொருடுணிந் துணர்தலே புத்தி அதுதான்
திருந்திய அறிவும் திப்பிய அறமும்
வித்தகச் சித்தியும் பற்றற நிற்றலும்
சத்துவ ஆட்சியில் நித்தமும் பயக்கும்;
5   போக்கறக் கற்ற புலவோய், ஈங்குச்
சொல்லிய நான்கின் தொகுதியின் நீங்கிப்

பொல்லாங் காவன எல்லாம்

தாமத நிலையில் தலைத்தலை வருமே.

சித்தி எண் வகை - அணிமா. மகிமா, கரிமா இலகிமா, பிராத்தி, பிரகாமியம், ஈசத்துவம், வசித்துவம்.

நான்கின் தொகுதி - அறிவு, அறம், சித்தி, பற்றின்மை.

கருத்து : பொருள் நிச்சயம் செய்வது, புத்தி. சாத்துவிக குணம் மேலிட்டிருக்குங்கால் அதில் தருமம், ஞானம், வைராக்கியம், ஐசுவரியம் ஏற்படும். தாமத குணம் மேலிட்டிருக்குங்கால், முன் கூறியவற்றிற்கு முரணாக அஃது இருக்கும்.

24

மானெனப் பெயரிய மாபெரும் புத்தியில்

தானெனும் உணர்வெழுந் தத்துவ மாகிய

ஆன்றகங் காரம் தோன்றும; அதன்கண்

சத்துவ நிலையில் சித்தமும், பொறிகள்

5　பத்தும் பிறக்கும்ளு பகர்ந்ததன் மாத்திரை

தாமத நிலையில் தழைக்கும்,

ஆந்துணைக் காரணம் ஆயிரு குணனே.

ஆன்ற அகங்காரம் எனப்பிரிக்க; அகரம்தொகுத்தல்.

கருத்து: அகங்காரம் அபிமானங் கொண்டிருக்கும், தற்பெருமை யுடையது. சாத்துவிக அகங்காரத்திலிருந்து ஏகாதச இந்திரியங்கள் எழும் தாமத அகங்காரத் திலிருந்து தன்மாத்திரைகள் பரிணமிக்கும்.

25

மையற விளங்கும் வைகா ரிகத்தில்

பத்தும் ஒன்றும் பரிண மிக்கும்.

பூதா தியென ஓதிய ததனில்

தன்மாத் திரைகள் தழைப்பன வாகும்.
5 இராசதம் ஒன்றே இயக்கம் உடையது
ஏனைய இரண்டும் தான்செயல் இன்றே
பதினா றென்று பகர்ந்ததத் துவங்கள்
தைசதந் தன்னில் தழைத்தன வரமெனப்
பழையதாஞ் சாங்கியப் பனுவலுள்
10 நுழையுநுண் அறிஞர் நுவன்றறைந் தனரே.

கருத்து: வைகிருத அகங்காரத்திலிருந்து சாத்துவிக மாகிய பதினொன்றும் உண்டாகும். தாமத அகங்காரத்திலிருந்து பூதங்களுக்கு முதலான தன்மாத்திரைகள் தோன்றும், தாமதம் பூதங்களில் மேலிட்டிருக்கும். இவ்விரண்டும் தைசத்தினால்தான் ஏற்படுகின்றன.

26

மெய்நா மூக்கு மேவுகண் செவியே
ஐவகை அறிபொறிஞ ஆய்வுநூல் வல்லாய்!
கண்டுகேட் டுண்டுயிர்த் துற்றறி வதுவே.
கைகால் வாயொடு கருவாய் எருவாய்
5 ஐவகைச் செயற்பொறி; அவற்றின் தொழில்கள்
பற்றுதல் இயங்கல் யகர்தல் இன்புறல்
மலந்தளல் என்றிவை ஐந்தென
நலந்தெரி புலவர் நவின்றறைந் தனரே.

கண்டு கேட்டு என முறை பிறழ நின்றது,
செய்யுளாகலின்.
தளல் - தள்ளல் என்பதன் தொகுத்தல்.

கருத்து : ஞானேந்திரியங்களாவன மெய்,வாய், கண், மூக்குச், செவி. கன்மேந்திரியங்களாவன வாக்கு கைகால் எருவாய் கருவாய்.

27

பொறிபதிற் றோடும் பொருந்தலின் அம்ம!
அறிதரு மனமும் பொறியென லாகும்.
இருவகைப் பொறிகளோ டினிதீன் இயைந்து
மருவிய பொருட்களை மயர்வற நாடி
5   அறிவதும் செய்வதும் அதனியல் பாகும்.
கட்புல னாகா நுட்பமாம் பகுதிச்கு
உதவியாங் குணங்களின் உறுபே தத்தால்
விரிவுற் றெழூஉம் விகுதிகள்
பல்வே றாகப் பரிணமிக் கும்மே.

கருத்து : கரணங்கள் பல ஆதலாலும், குணங்களின் தாரதம்
மியத்தி னாலும் அவை வெவ்வேறாகச் செயல்படுகின்றன. மேற்கூறிய
இருவகை இந்திரியங்களோடு இயைபு உடையதாகவும், நினைப்பு
உள்ள தாகவும், கரணங்களைப் போலவும் மனம் அமைந்திருக்கிறது.
குணங்களின் பரிணாமத்தால் கரணங்கள் உள்ளும் புறம்பும் வேறுபட்
டுள்ளன. அதற்கேற்ப மனமும் உளது.

28

ஓசை முதலிய ஓரைந் துள்ளும்
ஒருபொறி ஒன்றையே அறியும்; அதுவும்
பொருணமை மாத்திரை புகல்நிரு விகற்பம்.
புவிபுகழ் மனந்தான் பொருந்திய பொருள்களைச
5   சவியுறத் தெளிவாய்ச் சாற்றிடும் துணிந்தே
வரக்கு முதலிய வாய்ந்தவை
ஆக்குஞ் செயற்பொறி ஐந்துஞ் தாமே.

கருத்து: சத்தம் முதலியவற்றின் காரியமாவது வெறும் அறிவு மாத்திரமே. கன்மேந்திரியங்களின் செயல்களாவன பேசுதல் இயங்கல் கிரகித்தல் விதர்சனம் ஆனந்தம்.

29

ஆயுளை நடாத்தும் அவ்வளி யாதெனில்
வாயுளும் மூக்குளும் தோயுறும் பிராணன்
குடம்பையின் உள்ளுறைக் குறும்புள் மான
உடம்பினுள் இயக்கம் உற்றிடச் செய்யும்.
5   கீழிழிந் தோடிக் கிளரும் வளிதான்
ஆழ்மலந் தள்ளும் அபானன் ஆகம்.
உண்ணுவ யாவும் உட்செரித் துடலில்
நண்ணுறச் செய்வது நவிலுஞ் சமானன்
யாக்கையின் நடுவண் நோக்குற் றுறையும்.
10 நெற்றியில் உலவும் பெற்றிய துதானன்
தெற்றென மேன்மேல் தெரிதரின் இயங்கும்.
உடலில் எங்கணும் உழல்வது வியானன்.
அகக்கர ணங்களை மிகக்கடி
தியக்குவ இவ்வைந் தென்றிசி னோரே.

கருத்து: மான் அகங்காரம் மனம் ஆகிய மூன்றும் சேர்ந்து பிராணன் முதலிய ஐந்து வாயுக்களிலும் செயல்படுகின்றன. அவற்றிற்குத் தனித்தனி இயல்புகள் உள்ளன.

30

காட்சிக் கொருபொருள் கழுமிய தெனினே
மனமும் மானகங் காரமும் விழியும்

ஒருங்கொரு நிரலே இயங்குவ தாகும்.
இறப்பினுள் எதிர்வினுள் மருவிய பொருளோ
5 காட்சிக் ககப்படா தாகலின், அதனை
மானகங் கார மனமெனும் மூன்றும்
நெறியே சென்றியைந் தறியும்
பொறிகளின் இயக்கம் பொருந்துமிவ் வணமே.
இவணம் - இவ்வண்ணம் என்பதன் தொகுத்தல் .

கருத்து: பிரத்தியட்சத்தில் புத்தி அகங்காரம் மனம் ஆகிய மூன்றும் ஒவ்வோர் இந்திரியத்தோடும் இணையவே நான்காகும். முன்மூன்றும் ஒவ்வோர் இந்திரியத்தோடும் செயலாற்றும்போது பொருள் நிச்சயம் கிடைக்கிறது. ஒரே நேரத்திலும் ஒன்றன்பின் ஒன்றாக இவற்றின் செயல்கள் நிகழும். காணப்படாத பொருள் களில் அகக்கரணங்கள் மட்டும் முந்திச் செயல்புரிகின்றன.

31

ஏந்திய கொள்கையை எய்துதற் காக
ஆன்மநன் னோக்கம் அறிந்ததன் பொருட்டே
இந்திரி யங்களும் அந்தக் கரணமூம்
தந்தமக் குரிய செயல்களை ஒன்றினொன்
5 றுந்துத லானே உளூற்றும் என்ப
வேறொரு காரணம் வேண்டார்
பாங்குற வுணர்ந்த சாங்கியர் தாமே.

கருத்து: கரணங்கள் தத்தம் செயல்களை ஒன்றினோடோன்றன் தூண்டுதலாலும் தொடர்பாலும் புருடனுடைய நன்மைக்காக ஆற்று கின்றன. வேறு காரணம் குறித்து அவை இயங்கவில்லை.

32

அ)   கருவிகள் எல்லாம் கருதுபன் மூன்றாம்
     கன்மேந் திரியம் தன்மே லுறபவை
     இன்னவென் றுணரும்; ஏனைய ஐந்தும்
     புறப்பொருட் பெற்றிமை திறப்பட விளக்கும்.
5   மறப்பருஞ் சிறப்பின் மனமுத லாகிய
     கக்கர ணங்களோ ஆவிக் கியைந்த
     வளிகள் அனைத்துடன் வயங்குவ
     உடலுயிர் வாழ்வினுக் குறுதுணை செயுமே.
ஆ)   இன்னவென் றுணர்தலும் தன்வயிற் பதித்தலும்
     தகவுற விளக்கலும் தாமிவ் வகையாய்க்
     கன்மேந் திரியமும் ஞானேந் திரியமும்
     பன்னுங் காலைப் பதின்செய லுடையன
5   அகக்கர ணங்களும் அற்றெனல்
     மிகத்தெளி கேள்வி மேதைகள் கூற்றே.

கருத்து: கரணங்கள் பதின்மூன்று. பற்றுவது, தாங்குவது, விளக்குவது ஆகிய மூவகையாக அவற்றால் ஆகுஞ் செயல்கள் பத்துவிதம்.

33

     உறற்பா லவற்றை உய்த்தறி விக்கும்
     புறப்பொறி பத்தெனப் புகன்றனம் அலமோ?
     மானகங் கார மனமெனும் மூன்றும்
     உட்கர ணங்களென் றுரைத்தனம்; அவைதாம்
5   ஆன்றோர் கூறிய அனுமா னத்தின்

மூன்று காலமுந் தோன்றநன் குணரும்.
பட்டவை யுணர்த்தும் பத்தும்
நிகழ்வின் அலாதவை நேர்ந்தறி கிலவே.

கருத்து: அந்தக் கரணம் மூன்று. புற இந்திரியங்கள் பத்து. புற இந்திரியங்கள் நிகழ்காலப் பொருள்களை உணரும். அக இந்திரியங்கள் முக்காலப் பொருள்களையும் உணரும்.

34

நுண்மையும் பருமையும் என்றிரு கூறாய்
மகிழ்வுந் துயரும் மயலும் உள்ளிட்டு
ஒளியும் ஊறும் ஓசையும் சுவையும்
நாற்றமும் என்று சாற்றிய ஐந்தும்
5   வாக்கொழி கன்மேந் திரியம் நான்கினோடு
அறிபொறி ஐந்திற் ககப்படும்;
வாக்கினுட் பட்டது ஒசையென் றொன்றே.

கருத்து: தூல சூக்குமங்களை நன்கறியும் ஞானேந்திரியம் ஐந்து, விசேடம் அவிசேடம் என்ற இரு வகைப் படும். வாக்கு சத்தத்தை அறியும். ஏனை நான்கும் ஐந்தையும் உணரும்.

35

அகக்கர ணங்களில் தொகஒருங் கியைந்து
புறப்பொறி ஐந்தினும் புலப்படும் பொருள்களைத்
திறப்படத் துணிவது திகழ்தரும் புத்தி
புகுமுக வாயில் போல்வன பொறிகள்
5   அகக்கர ணங்களோ அறையின்
தகுதியின் மிக்க தலைமைசான் றனவே.

கருத்து: அகக்கரணங்கள் மூன்றும் தலைமையானவை.
ஏனையவை வாயில்கள்.

36

ஐயிரு பொறியும் அகமுஞ் செருக்கும்
மூவகைக் குணங்கள் மேவிய திறத்தால்
மிகநனி வேற்றுமை மிடைந்தன வேனும்
அகல்விளக் கொளியும் ஆனெயுந் திரியும்
5. ஒன்றுறல் மான உளுற்றியெஞ் ஞான்றும்
புருடனின் நுகர்வுப் பொருட்டே
பொருளை விளக்கும் புத்தியுள் உய்த்தே.

கருத்து: திரியும் நெய்யும் ஒளியும் போன்று மூன்றுகுணங்களும்
தம்முள் ஒன்றினுக்கொன்று முரண் பட்டிருப்பினும், விளக்கினுள்
அவை இயைந்து செயலாற்றி இருளை நீக்குகின்றன. ஆன்மாவின்
மேன்மையான நோக்கம் ஈடேறும் பொருட்டு இந்திரியங் களும் மனமும்
அகங்காரமும் விளக்குப் போல நின்று பொருள்களைப் புத்தியுள்
உய்க்கின்றன.

37

பகுதியின் வேறெனப் பன்னிய புரடன்
தகுமுறை யாகத் தன்னியல்பு உணரவும்
பருப்பொருட் பொருட்டால் பஃறிற மாக
விருப்பறா இன்பம் விளையவும் அன்றோ
5 கருவிகள் அனைத்தும் பொருட்களை
ஒருவா தறிவினுள் உய்த்திடும் குறித்தே.

பல + திறம் - பஃறிறம். அறிவு - புத்தி;

கருத்து : புருடன் அனுபவித்தற்கு இணக்கமாகப் பொருள் களைப்பற்றிய அறிவை இந்திரியங்கள் புத்திக்குக் கொண்டுபோய்ச் சேர்க்கின்றன. அதே புத்திதான் பிரதானத்திற்கும் புருடனுக்குமுள்ள நுணுக்கமான வேறு பாட்டை உணர்த்துகிறது.

38

அ)   பன்முறை யானும் பஞ்சபூ தங்கள்
   தன்மாத் திரைகளில் தழைத்தன வாகும்
   துயரும் மகிழ்வும் மயலும் என்றிவை
   அயரா தூட்டும் ஐம்பெரும் பூதம்
5.   தன்மாத் திரைகளோ என்னின்
   பன்னருஞ் சிறப்பின் நுண்ணிய நிலைத்தே.

ஆ)   கட்புலப் படாத நுட்பமா மாத்திரை
   உட்பொறி களாலும் உணரற் கரிய
   நுனித்துணர் திறத்தின் முனிவர ரன்றி
   மனித்தர்வே றறியா மாட்சிமை யுடைத்தே
5   நிலந்தீ நீர்வளி விசும்போ டைந்தும்
   கலந்த மயக்கம் உலகம் என்ப
   மாத்திரை ஐந்துடன் மாபெரும் பூதம்
   யாத்ததன் தொடர்பை யாரறி கிற்பார்?
   ஒன்றினோ டொன்றுற நின்றதைச்
10   சென்றளந் தறியுஞ் செவ்வியோ இன்றே.

கருத்து: தன்மாத்திரைகள் அவிசேடம். அவற்றிலிருந்து பஞ்சபூதங்கள் பரிணமிக்கும். அவைவிசேடம். சாந்தம் மூடம் கோரம் என்பன அவற்றின் விளைவுகள்.

39

தடப்பெரி தாகிய சடப்பிர பஞ்சமும்
இருபெரும் பிரிவாம்: பருவுடல் நுண்ணுடல்
மன்பெருஞ் சிறப்பின் நுண்ணுடல கிளப்பின்
தன்மாத் திரைகளால் தான்உரு வாயது
5   என்றும் மாறி எடுப்பது பிறவி
மாதா வுதரம் மரீஇ ஏனைப்
பூதந் துணையாப் பொலிவது
அழிதன் மாலையது அதுபரு வுடலே.
அழிதன் மாலையது - அழியும் இயல்புடையது.

கருத்து : மாதா பிதாக்களிலிருந்து சூக்கும சரீரமும் ஏனைப்
பஞ்ச பூதங்களும் கூடுதலால் தூல சரீரம் உண்டாகிறது. அவற்றுள்
சூக்குமம் எப்பொழுதும் உள்ளது. தூலம் அழியக்கூடியது.

40

மாதா வுதரம் மரீஇ அறுவகை
உறையொடு செறிந்துல குதிப்பது பருவுடல்
பகுதியுள் ஒடுங்கும் பான்மைய தாகி
உற்பவ முதலா ஊழி ஈறாகப்
5   பற்பல பிறவியிற் பயில்வது யாதெனின்
மானகங் கார மனமே ஏனை
மைந்துறத் தெரியா ஐந்துதன் மாத்திரை
ஆகிய எட்டுடன் அமைந்தநுண் உடம்பாம்
ஒடுக்கம் உற்றுழி உறுசெயல் இல்லது
15   மலர்க்கு மணம்போல் துகிற்கு நிறம்போல்

நல்லதன் நலனும் தீயதன் தீமையும்
தன்வயிற் றாங்கித் தலைவரும் பிறவியில்
வித்தி விளைத்து நித்தமும் நுகரப்
பருவுடம் பதனைப் பக்குவஞ் செய்யும்.

15   இங்குநாம் சொன்ன இயல்பின தததான்
பொங்கி எழுந்தே எங்கணும் செல்வது
கல்லினும் பாய வல்லது
இலிங்கச ரீரமென் றியம்புவர் துணிந்தே.

அறுவகைஉறை - 1) மயிர் 2) குருதி 3) தசை 4) தசைகளையும் என்புகளையும் இணைக்கும் நரம்பு 5) எலும்பு 6) கொழுப்பு. அதியில் இலிங்க சரீரம் ஒன்றே. அஃது இரணிய கருப்பன் என்பது சாங்கிய சூத்திரம்.

கருத்து: இலிங்கம் முந்தியது, நித்தியம், தடையில்லாதது. அதுதான் பிறவியெடுக்கிறது; அனுபவிக்கும் ஆற்றல் இல்லாதது; மற்றொன்றனோடு சேர வேண்டியது. அதற்கும் ஒரு தனித்தன்மை உண்டு.

41

அ)   சுவரொன் நின்றேல் சித்திரம் இன்றே
குற்றியொன் நின்றேல் குளிர்நிழல் இன்றே;
தன்மாத் திரைகள் இன்றெனில்
நுண்ணுடல் இயக்கம் நண்ணுதல் இன்றே.

ஆ)   அருநுண் உடலோ திருவிளை யாடலைப்
பருவுடல் தாங்கிப் பாங்குடன் நிகழ்த்தும்
இறக்கவும் மறக்கவும் இயற்கையிற் கூடினும்
துறக்க வுலகினும் துயர்நிர யத்தும்

5   வினையின் விளைவை நினைவுடன் நுகர்ந்து
எனைப்பல விதமா இயங்குவ தாயினும்
தன்னைப் பகுதியிற் றனியே
முன்னிக் காணும் முடிபினை உடைத்தே.

கருத்து: சித்திரம் வரைவதற்குப் படம் போலவும் நிழல் ஏற்படுவதற்குத் தூண் போலவும் இலிங்க சரீரம் செயல்படுவதற்குத் யாதவை. தன் மாத்திரைகள் இன்றியமை.

<h2 style="text-align:center">42</h2>

நுண்ணுடம் பதனை எண்ணுங் காலைப்
புண்ணிய பாவம் பொருந்துகான் மியத்தால்
பதின்மூன் றுறுப்பொடும் பண்புறத் தோன்றிப்
புருடன் வீடுறற் பொருட்டுப்
5   பொருநர் கோலம் பூண்டுழ லும்மே.

கருத்து: புருடனுடைய நோக்கத்தை ஈடேற்று வதற்காக இலிங்கசரீரம் நடிகைபோல் செயல்படுகிறது. அவ்வாறு செயல்படுதற்கு ஏது, காரண காரியங்களின் தொடர்பும் பிரகிருதியின் சக்தியுமே.

<h2 style="text-align:center">43</h2>

அறிவும் சித்தியும் அறமும் ஏனைப்
பற்றுு நிலையும் பல்கலை வலவ!
சத்துவ புத்தியுள் சார்ந்துறை வனவாம்.
எதிர்மறை யான ஏனைய நான்கும்
5.   தாமத புத்தியுள் தங்குவ வாகும்
மெய்யறி வொன்றே வீடுறற் கேது.

நுண்ணுடல் தன்னொடு மண்ணுல குதித்தற்கு
ஏனைய ஏழும் ஏதுவாம் என்பர்.
இற்றெனச் சொற்ற ஏழ்வகைப் பாவமும்
10 உற்றுப் புத்தியுள் உறைதலின் அதுதான்
அற்பம் ஆகிய அருநுண் கருவைப்
பொருந்திப் பிறவியுள் இருந்துயர் உழக்கும்.
குழவும் இளமையும் கிழமும் எல்லாம்
உணவும் நீரும் உருவாக் குவன.
தசையுங் குருதியும் தகவுற
இசைதலின் பருவுடல் ஈண்டெழுந் தன்றே.

கருத்து: பூருவ வாசனைகள் இலிங்க சரீரத்தினோடு உடன் உறைபவை. புத்தி அகங்காரங்களுடன் தருமம் ஞானம் முதலான ஈட்டிய பாவங்கள் ஒட்டியிருக்கின்றன. கரு, தசை, குருதி ஆகியவை தூலசரீரத் துடன் இயைந்தவை.

44

அறத்தான் எய்துவர் அருமையாம் நிலையே
மறத்தான் எய்துவர் மனத்துயர் நரகே
அஞ்ஞா னத்தால் அடைவது பந்தம்
மெய்ஞ்ஞா னத்தால் மேவுவது
5. சிந்தையுஞ் செல்லாச் சீர்மைசால் வீடே.

கருத்து: தருமத்தினால் உயர்நிலையும் அதருமத்தினால் இழிநிலையும் ஏற்படுகின்றன. ஞானத்தினால் மோட்சம் உண்டாகிறது. அஞ்ஞானத்தினால் பந்தம் ஆகம்.

45

இராசத குணத்தோ டியைபுடைத் தாகிய
பற்றின் வருவது பல்வகைப் பிறவி
உண்மைநல் அறிவினை உறப்பெறா நிலையில்
பற்றறு நிலைமை மட்டுமே அன்றி
5 எண்வகைச் சித்தியை எய்தினும் அன்னார்
பிறவி என்னும் பெருங்கடல் நீந்தார்
மூலப் பகுதியில் சால நுண்ணுடல்
ஒடுங்குவ தல்லது உயர்வீடு
எய்துவ துண்டென இயம்பினா ரிலரே.

கருத்து: வைராக்கியத்தினால் பிரகிருதிலயம், இராசதத்தினால்
பிறவிச்சுழல், ஈசுரத்தன்மையினால் பிறவியில் வீழ்வதில்லை.
ஐசுவரியமில்லை எனில், பிறவியில் வீழ்ச்சியுண்டு.

46

பதினா றியல்புடைப் புத்தியின் படைப்போ
பேதைமை அசத்தி துட்டி சித்தியென
நால்வகை யாகும்; நவின்றவை தம்முள்
பேதைமை என்பது யாதென வினவின்
5 குற்றியை மகனென ஐயுறக் கோடல்
அசத்தி யாவது ஆங்கனந் தோன்றிய
குற்றியை இற்றெனத் தெற்றென அறிதற்கு
ஆற்றல் இன்மையென அறையப் படுமே.
துட்டியின் இயல்பைத் திட்டமா யுரைக்கின்
10 இதனால் விளைபயன் ஏதென ஒதுங்கி
ஐயமுந் தெளிவும் அடைகிலா தமைதல்.

குற்றியின் மீமிசை நிற்கும் புள்ளோ
பற்றிய கொடியோ பார்த்ததன் பெற்றியை
உள்ளவா றறிதலே சித்தியென் றுரைப்பர்
15 முக்குண வயத்தால் முன்னவை நான்கீன்
விகற்பம் ஐம்பது விதமெனப்
பாங்குற வுணர்ந்தோர் பன்னினர் தெளிந்தே.

கருத்து: விபரியயம், அசத்தி, துட்டி, சித்தி ஆகிய நான்கும் பிரத்தியய சர்க்கங்கள். குணவேறுபாடு காரணமாக அவற்றின் பேதங்கள் ஐம்பது வகைப்படும்.

<h2 style="text-align:center">47</h2>

பேதைமை தானே ஐவகைத் தாகும்
அசத்தி இருபத் தெட்டென அறிக
துட்டி வகையோ ஒன்பதிற் றாகும்.
சித்தியின் விகற்பம் எட்டே
5 ஐம்பதும் இவையென அறிந்தனர் கொளளே.

கருத்து: விபரியய பேதங்கள் ஐந்து. அசத்தி பேதங்கள் இருபத்தெட்டு, துட்டிபேதங்கள் ஒன்பது சித்தி பேதங்கள் எட்டு.

<h2 style="text-align:center">48</h2>

இன்பம் சித்தி இவைகா முறுதலும்
தன்னறி யாமையும் என்றிரண் டதனால்
பஞ்சக் கிலேசம் படரும்; அவற்றுள்,
மானகங் கார மனமே ஐவகைத்
5 தன்மாத் திரையெனச் சொன்னளட் டோடுறும்

பேதைமை தமமாம்; பேசிய அட்டமா
சித்தியை நயக்கும் சிந்தனை மோகம்.
பொறியைந் தினுக்கும் புலப்படும் பொருள்கள்
திவ்வியம் அதிவ்வியம் என்றிரண் டவற்றுள்
10 செறிதரும் பற்றே செப்புமா மோகம்
ஆங்கனங் கூறிய அப்பதின் மேலும்
என்வகை யாகிய சித்தியின் பாலும்
தடையை அடைதலே தாமி சிரமாம்.
புகன்ற பதினெண் பொருள்களை இழக்கும்
15 மிகப்பே ரச்சம்ஸ அந்ததர மிசிரம்
நுண்ணுடல் எண்ணம் நண்ணும்
இருளுல கிவையென இயம்பின ரன்றே.

கருத்து: தமம் எட்டு வகை; மோகம் எட்டு வகை; மாமோகம்
பத்துவகை: தாமிசிரம் பதினெட்டு வகை; அந்ததாமிசிரம் பதினெட்டு
வகை.

49

இருபத் தென்வகை அசத்தி எவையெனில்
ஒருபனோ குறுப்புறும் ஊனமும் ஏனைச்
சித்தியை மற்றும் துட்டியை விலக்கும்
புத்தியின் பழுதும் புகலின்
5 பொருட்களை அறியும் நெறிக்கிடை யூறே.

கருத்து : இந்திரிய ஊனங்கள் பதினொன்று, துட்டி சித்திகளின்
இன்மையால் புத்திக்குப் பதினேழு குறை பாடுகள் உள்ளன.

50

பகுதியின் விளைவும் பண்பும் அன்றி
உண்மை மாத்திரை உணர்ந்துளம் நிறைதலும்
நூலே கரகம் முக்கோல் மணையே
இவற்றியல் புணராது ஏற்றுளம் நிறைதலும்
5　காலம் வரினே சாலவும் வீடென
அறிவுநூல் ஒரீஇ வறிதுளம் நிறைதலும்
வினையின் விளைவால் வீடுபே றுறமெனத்
தினைத்துணை முயற்சியும் செயாதுளம் நிறைதலும
எனநூல் வகையுடன் எலுவ் கேண்மதி
10　மெய்யறி வொன்றே உய்வகை யாகலின்
ஐம்புல நுகர்ச்சிக் கஞ்சியே ஒதுங்கி
அகம்நிறை வெய்துதல் ஆகிய ஐந்துடன்
துட்டியின் விகற்பம் ஆவன
ஒன்றொழி பஃதாம் என்றுரைத் தனரே.

கருத்து: ஆத்தியான்மிகம் நான்கு. அவை பிரகிருதி, உபாதானம், காலம் பாக்கியம் என்பன. ஐம்புல இன்பங்களை வெறுப்பதால் ஏற்படும் சரீர சம்பந்தமானவை ஐந்து.

51

அ)　தனிமையில் ஓர்தல் பனுவலைக் கற்றல்
நுனித்தினி துணர்ந்தோர் நுவறலைக் கோடல்
உத்தம நண்பரோ டுளங்கலந் தளாவல்
பத்திசெய் மனத்தைப் பக்குவஞ் செய்தல்
5　என்றிவை யன்றி நன்னூல் தெரிகுவோய்!
மூவகைத் துக்கமும் முறைமையிற் களையும்

குருவுப தேசமும் அவற்றொடு தொகைஇ
எண்வகைச் சித்தி என்ப
புவிபுகழ் சாங்கியம் புரிந்துணர்ந் தோரே,
ஆ) எண்வகை யாக இயம்பிய சித்திக்கு
ஒதிய தடையா வறபவை
பேதைமை அசத்தி துட்டியென் பனவே.

கருத்து: ஊகம், அத்தியயனம், மூவகைத் துக்க நீக்கம், நண்பனை அடைதல், தானம் ஆகிய எட்டுமே அடைதற்குரிய சித்திகள். விபரியயம், அசத்தி, துட்டி ஆகிய மூன்றும் சித்திக்குத் தடை.

52

நுண்ணறி வுடையோர் எண்வகை யாக
அறிவு முதலா அறைந்தவற் றோடும்.
செறிவது நுண்ணுடல், செப்புங் காலை
ஒன்றைவிட் டொன்றிலை என்றாங்கு
5 இருவகைப் படைப்பும் இயம்பின ரன்றே.

கருத்து: பூருவவாசனையில்லாமல் இலிங்கமில்லை இலிங்க மின்றி வாசனை நீங்காது. எனவே படைப்பு என்பது பஞ்சபூதங்களாலும் பாவங்களாலும் ஏற்படு கின்றது.

53

எண்வகைத் தேவரும் ஏனை மக்களும்
மக்கள் அல்லா மற்றுஜ வகையும்
பெளதிகப் படைப்பெனப் பகுப்பர்
சாங்கியம் பயின்ற சால்புடை யோரே.

தேவர் எண்வகை:- பிரமன், பிரசாபதி, சௌமியர், ஐந்திரர். கந்தருவர், இயக்கர், இராக்கதர், பைசாசர்.

கருத்து: சர்க்கம் மூவகை. தெய்வீகமான பிறவி எட்டுவகை, பசு. மிருகம், பறவை, ஊர்வன, தாவரம் ஆகியவை திரியக்குக்கள். மானிடம் ஒன்று. இவையே பௌதிக சர்க்கம் எனப்படும் பதினான்கு.

54

சத்துவ ஆட்சியிற் சார்ந்துறை தேவரும்
இராசத ஆட்சியில் இயங்குமா னுடரும்
தாமத ஆட்சியில் தங்கிவாழ் உயிர்களும்
பொருள்வகைப் படைப்பெனப் புகல்வர்
5   மருளகன் றொளிரும் மதிமாண் டோரே.

கருத்து: மேலுலகில் சத்துவமும் கீழுலகில் தாமதமும் பூமியில் இராசதமும் மீக்கூர்ந்திருக்கும் பிரமன் முதல் புல்வரை முக்குணமயம்.

55

நீக்கமில் இடரும் சாக்கா டெய்தலும்
ஆக்கைக் கியல்பே ஆதலின் அம்ம!
போக்கும் வரவும் புரிதரும் ஆன்மா
சூக்கும உடம்பினை நீக்கி
5   வீடுறுங் காறும் கேடுறல் இயல்பே.

கருத்து: இலிங்கசரீரத்திலிருந்து புருடன் விடுபடும் வரை மூப்புமரணங்களாகிய துன்பங்களை அடைகிறான். இதுவே உலக இயற்கை.

56

அறிவு முதலா அறிவிலது ஈறாச்
செறியும் படைப்பைச் செய்வது பகுதி
தனக்கும் தன்னைத் தழீஇய
புருடன் விடுறற் பொருட்டும் எனவே.

கருத்து: மான் முதல் பூதங்கள் வரையுள்ள படைப்பு பிரகிருதியினால் நிகழ்கிறது. அது தன் பொருட்டுச் செயலாற்றுவது போல் தோன்றினாலும் ஒவ்வொரு புருடரின் வீடுபேற்றிற்காகவே இயங்குகின்றது.

57

கன்றின் வளர்ச்சிக் கொன்றிய பால்போல்
என்றும் புருடரின் இரும்பயன் கருதிப்
படைப்புத் தொழிலைப் பகுதியே நிகழ்த்தும்
முத்தி வரையும் முன்னி
5   நித்தமும் நடிக்கும் மெத்தவும் விழைந்தே.

கருத்து: கன்றின் வளர்ச்சிக்காக அசேதனமான பால் செயல்படுவதுபோல், புருடனுடைய வீடுபேற்றிற்காகப் பிரகிருதி இயங்குகிறது.

58

அவாநிறை வேற்ற அவனியி லுள்ளோர்
தவாஅது மேன்மேல் தனித்துளுற் றுதல்போல்
அழிவில் வீடுபே றடையும் புருடரின்
கழிபெருங் குறிக்கோள் கருதி
முயற்சியிற் பகுதி முனைந்துழ லும்மே.

கருத்து: ஆசைகளை நிறைவேற்றிக் கொள்வதற்கு மக்கள் செயல்புரிவது போன்று அவ்வியத்தமான பிரதானம், புருடனுடைய வீடுபேற்றிற்காகச் செயலாற்றுகிறது.

59

திருந்திசை பாடுந் திகழ்நட மாதர்
பொருந்துபல் கோலம் பூண்டுடல் மினுச்கிச்
சுவையும் குறிப்பும் நவையற நாடி
அவையோர் களிப்புற ஆடியே முடித்தபின்
5   மருங்கினில் ஒருசார் கரந்தோ துதல்போல்
சாங்கியங் கூறும் பாங்குறு பகுதி
தாங்கிய நாமத் தனிப்பூங் கொம்பர்
மருவிய புருடன் மகிழ்ந்துகண் ணுறதலின்
வீறுற நடித்து வேறெனத்
10   தன்னை யுணர்த்தித் தலைமறை குவளே.

நாமந் தாங்கிய என மாறுக.

கருத்து: அரங்கில் நடனமாது தனது ஆட்டத்தைப் புலப்படுத்தி விட்டு நிறுத்திக் கொள்வதுபோல் புருடனுக்குப் பிரகிருதி தன்னைக் காட்டிவிட்டு மறைகிறது.

60

சத்துவ முதலிய முத்திறக் குணத்துடன்
எத்தனை யோபிற சொத்தெலாங் கொண்டு
விகுதிகள் அனைத்தும் விரிதற் கிடனாய்ப்
பகுதிளனும் பெயர் பண்புறப் புனைந்து
5   விழைவில நாகிய வீறுறு புருடற்கு

உழையிருந் துற்றுழி உதவுஞ் சிலதி
வீடுறுந் துணைவிளை யாடுவள்
நாடுறுந் தன்னலன் நயப்பவள் அலளே.

கருத்து : பலவகை உபாயங்களால் உதவிசெய்கிற பிரகிருதி, குணமின்றிச் சத்துவமயமான புருடனுக்குப் பயன் விளைவிக்கின்றது.

61

மின்போற் றோன்றிப் பன்முறை மயக்கியும்
தன்னின் வேறாய் இன்னள் எனவே
புருடன் தன்னைப் புரிந்தனன் என்றலும்
நுட்பமாம் பகுதி வெட்கி
5   மீண்டும் அவனைத் தீண்டுதல் இலளே.

கருத்து: பிரகிருதிக்கு இளமை அழகு இல்லை என்பது என் எண்ணம். ஏனெனில், அவள் தன்னைப் புருடன் ஒரு முறை கண்டபின், நான் இருக்கிறேன் என்று அவனுக்குத் தன்னைக் காட்டிக் கொள்ள நாணுகிறாள்.

62

காயம் புகுதலும் கட்டும் வீடும்
ஆயவை அனைத்தும் ஆன்மா வறாது.
யல்வகை யாகப் பரிணமித்
துழலும் பகுதிக் குறுவன அவ்வே.

கருத்து: புருடன் பந்தமுறுதலும் வீடுபெறுகலும் சம்சரித்தலும் இல்லை. பிரதிகிருதிதான் பல பிறவிகள் எடுத்துப் பந்தமும் வீடும் அடைகிறது.

63

புத்தியின் எழுமெனப் புகன்ற எட்டினுள்
ஞானம் அல்லா ஏனைஏ ழியல்பால்
தன்னறி யாமை தனக்கே பந்தம்
என்போல் எனினே இயம்புதுங் கேண்மோ
5 கண்ணினைக் கவரும் நுண்ணிய நூலால்
பண்ணிய குடம்பையிற் பட்டுப் புழுவுறும்
ஐயுணர் வின்றி ஆன்மா
மெய்யுணர் வெய்தின் மேவிடும் வீடே.

கருத்து: பிரகிருதியானவள் புருடனுக்காக ஏழு பாவங்களால் தன்னைப் பந்தப்படுத்திக் கொள்கிறாள். ஒரு பாவத்தால் புருடனுடைய வீடுபேற்றிற்காகத் தன்னை விடுவித்துக் கொள்கிறாள்.

64

அ   ஆனதத் துவத்தொகை ஆய்ந்தாய்ந் தான்மா
ஈனமில் ஞானம் எய்திய பின்னர்
யானென தென்றும் யானுள னென்றும்
திரியக் கோடலை ஒரீஇ
5 முற்றறி வெய்தி உற்றிடும் வீடே.
ஆ   பற்பல பனுவலைப் பாங்குறப் பயிறல்
கற்றல் கேட்டல் கருதல் தெளிதல்
அன்றியுஞ் சிறந்த அகத்துணர் வடைதல்
என்றிவை ஞானம் எய்தக்
5 காரணம் ஆமென ஆரணஞ் சொலுமே.
        ஆரணம் - நூல்

கருத்து: ஒன்னும் என்னுடைய தன்று. நானும் தங்கியிருக்க வில்லை என்ற அறிவுதான் தூய அறிவு. இது தத்துவங்களைப் பயிலுவதால் உண்டாவது. இதனைத் தவிர வேறு ஒன்றும் தெரிய வேண்டுவ தில்லை. இதுவே முடிந்த முடிவு. இஃது அஞ்ஞானத்திற்கு அப்பாற்பட்டது.

65

தன்னைப் பகுதியிற் றனியா அறிந்தபின்
அறமுத லாகிய அவ்வெழு வுரவினை
மருவுத லின்றி ஒருவிய
பகுதியை ஆன்மாப் பார்த்திடும் பிரித்தே.

கருத்து: இவ்வகை மெய்யுணர்வினால் புருடன் ஏழுபாவங்களி லிருந்தும் நீங்கிச் சம்சரிக்காமலிருக்கிற பிரகிருதியைச் சாட்சி போல நின்று காண்கிறான்.

66

பற்றிய பகுதியின் பெற்றியை நேரே
தெற்றென முற்றுந் தெரிந்ததால் ஆன்மா
பார்வையில் பட்டுப் படைத்தலை மறந்த
பகுதியின் உறவைப் பழித்துக்
5   கூடுதல் என்றும் நாடுதல் இன்றே.

கருத்து : பிரகிருதியை நான் பார்த்துவிட்டேன் என்று புருடனு க்கும், நான் புருடன் கண்ணிற்பட்டு விட்டேன் என்று பிரகிருதிக்கும் கையுறுநிலை ஏற்படுகிறது. அதன்பின் இருதிறத்தாலும் படைப்பு நடைபெறக் காரணமில்லை.

67

அறமுதற் காரணம் உறத்தடை யாகி
இங்குளி வாங்கும் ஏனம் போலவும்
அங்குழல் குலாலன் ஆழி போலவும்
முன்செய் வினையின் பின்விளை போகம்
5 மன்னிய ஞான மாக்கழல் விக்கியும்
ஒழியா தாகலின் உயர்நிலை உலகம்
எய்துந் துணையும் இடைப்படப்
பொய்யுடற் பொறையால் புவியுறை குவரே.

கருத்து: பூரணஞானம் எய்தியதும் தருமம் முதலியவை செயல்படக்காரணம் இன்மையால், பழைய வாசனையினால் சக்கரத்திலிருந்து பாண்டத்தைக் குயவன் எடுத்துவிட்ட பின்னும் அது பழைய வேகத்தினால் சுற்றுவது போல, பிறவிச் சக்கரத்தில் புருடன் சிறிதுகாலம் உழல்வான்.

68

நோக்கம் முடிந்ததும் ஆக்கையை விட்டு
நீக்கம் பெற்ற புருடன் நிலைத்த
வீடுபே றெய்தி விளங்குவன் ஆகலின்
நாடகம் முடிந்ததும் நடித்தநுண் பகுதிக்கு
5 இருவகை உடலும் இரிந்தன்று
ஒருவகைச் செயலும் உறுதலோ இன்றே.

கருத்து: பிரகிருதியின் நோக்கம் நிறைவேறிய பின் அது செயல்படுவதில்லை. புருடன் சரீரத்தை விட்டபின் ஜகாந்திகம், ஆத்தியந்திகம் ஆகிய இருவகைக் கைவலியத்தை அடைகிறான்.

69

வீடுபே றென்னும் விழுமிய நிலையே
ஆன்மா பற்றிய மேன்மையாம் குறிக்கோள்.
ஆங்கன மறைந்த அரியநூற் பொருளைச்
சாங்கிய நூலாச் சாற்றினர்
5   காசினி போற்றும் கபிலமா முனியே.

கருத்து: வீடுபயக்கும் ஞானமானது பேரிருடியினால் கூறப்
பட்டுள்ளது. இங்கு உலகின் தோற்றம் நிலைமறைவு ஆகியவை
சிந்திக்கப்படுகின்றன.

70

தவலருஞ் சிறப்புடைத் தத்துவப் பொருளைக்
கபிலமா முனிவரர் காய்ச்சியே வடித்தபின்
ஆசுரி என்னும் அறிஞர்க் குரைத்தார்.
பசுமரத் தாணிபோல் பதிந்தஅப் பொருளைப்
5   பஞ்சசிகர் என்னும் பண்புடைச் சீடர்
எஞ்ச லிலாமல் எய்தினார்
இவ்விதம் வந்தது செவ்விதின் நூலே

கருத்து: மிகச்சிறந்ததும் புனிதமானதுமான இந்தச் சாத்திரத்
தைக் கபிலமுனிவர் ஆசுரி என்பவர்க்கு உபதேசித்தார். ஆசுரி பஞ்சசி
கர்க்கு உபதேசித்தார். அவரால் இது விரித்துரைக்கப்பட்டது.

71

பீடுடைக் குருவுஞ் சீடரும் என்ற
மரபுளி வந்த மதிமாண் நிதியினை

மாசறு கேள்வி ஈசுர கிருட்டிணன்
ஆரிய விருத்த அமைப்பிற்
5   காசிகை யாக்கினன் கசடறப் புனைந்தே.

கருத்து: குருசீட பரம்பரையில் வந்த இந்தச் சாத்திரமானது ஆரிய விருத்தத்தில் ஈசுவரகிருட்டிணரால் நன்குணர்ந்து உருவாக்கப் பட்டது.

72

முட்டில் சிறப்பிற் சட்டிதந் திரத்தை
வாதழுங் கதையும் ஓதுதல் ஒரீஇக்
காரிகை யாகக் கவினுற
ஆரிய மொழியில் ஆக்கியோன் அவனே.

கருத்து: சட்டி தந்திரம் என்னும் முதல் நூலின் உருவகக் கதைகளையும் பரபக்கமறுதலையையும் நீக்கிக் கூறப்பட்டவையே இந்நூற்பாக்கள் எழுபதிலும் உள்ளன.

73

தினையின தளவாஞ் சிறுபுற் பனிநீர்
பனையின துருவைப் பண்புறக்
காட்டுவ தேய்ப்ப நாட்டிய திஃதே.

கருத்து: இந்நூல் சுருக்கமாக இருப்பினும் எந்த ஒன்றையும் குறைக்கவில்லை. அந்தப் பெரிய சாத்திரத்தின் பிரதிபிம்பமாக இஃது இருக்கிறது

அருஞ்சொற் பொருள்

(எண்: செய்யுள் எண்)

அண் அணித்தாக - மிகவும் அருகில்	7
அறப்பல - மிகப்பல	18
அவ் - அவை	62
அவ்வியத்தம் - வெளிப்படாமை	16
ஆசறு காட்சி - குற்றமற்ற அறிவு (அவையடக்கம்)	
ஆரணம் நூல்	64
ஆனெய் -ஆன்நெய் - பசுநெய்	36
இங்குளி - இங்குஉளி,	
இங்கு - காயம்; உளி - ஐந்தாம் வேற்றுமை உருபு	67
ஈற்றின் பின்னர் - ஒடுக்கத்திற்குப் பின்	14
உளுற்றுதல் - ஊக்கி முயலுதல்	58
உளவால் - உள்ளதனால்	9
உழை - பக்கம்	60
உறப்பெறா - அடையப்பெறாத	45
எஞ்சலிலாமல் - குறைவில்லாமல்	70
எலுவ - நண்பனே	50
ஏல - பொருந்த	14
என்மனார் - என்று கூறினார்	11
என்றிசினோர் - என்று கூறினர்	6
என்போல் - எத்தன்மையது போல்	63
ஏற்றுரை - உபசாரம்	21
ஐயுணர்வு - ஐந்தாகிய உணர்வு	63
ஒருவாது - நீங்காது	37
ஒன்றொழிபஃது - ஒன்பது	50
கயக்கு - கலக்கம்	5

செய்யுள் முதற்குறிப்பு

(எண்: செய்யுள் எண்)

பாராட்டு

சாங்கிய காரிகையை மூலத்தோடும் உரைகளோடும் கற்று, மூலத்திற்கும் உரைகளுக்குமுள்ள வேறுபாடுகளைக் கணித்து, ஈசுவர கிருஷ்ணரின் தருக்கப் போக்கை உணர்ந்து, நூலின் மையக் கருத்தை நெகிழ விடாமல் பின்பற்றி எழுதியுள்ள முயற்சியைப் பெரிதும் பாராட்ட வேண்டும்.

பேராசிரியர் நா.வானமாமலை

The author has studied the standard works on Sankhya philosophy written by Indian and foreign authors and the present treatise is a reliable translation of the original. The original Sutras in Sanskrit have been carefully compared with the Tamil rendering and I am glad to state that the translation brings out the meaning clearly.

Prof. K. S. Krishna Iyengar

www.ingramcontent.com/pod-product-compliance
Lightning Source LLC
LaVergne TN
LVHW040202180726
843489LV00007B/2648